Basic Korean

Tiếng Hàn dành cho người Việt Nam

KB060829

TALK! TALK!

Basic Korean
Tiếng Hàn dành cho người Việt Nam

개정 1쇄 발행 2024년 4월 30일

지은이 시원스쿨어학연구소
펴낸곳 (주)에스제이더블유인터내셔널
펴낸이 양홍걸 이시원

홈페이지 korean.siwonschool.com
주소 서울시 영등포구 영신로 166 시원스쿨
교재 구입 문의 02)2014-8151
고객센터 02)6409-0878

ISBN 979-11-6150-845-0 13700
Number 1-587271-26262600-08

이 책은 저작권법에 따라 보호받는 저작물이므로 무단복제와 무단전재를 금합니다. 이 책 내용의 전부 또는 일부를 이용하려면 반드시 저작권자와 ㈜에스제이더블유인터내셔널의 서면 동의를 받아야 합니다.

TALK! TALK!

Basic Korean

Tiếng Hàn dành cho người Việt Nam

SIWONSCHOOL
— KOREAN —

Cách sử dụng sách
Tiếng Hàn Du Lịch

Step 1 **Tìm tình huống trong mục lục.**

Trong 10 chủ đề được chia ra ở mục lục, bạn hãy tìm chủ đề mà mình cần.

Step 2 **Tìm các từ cần thiết tại trang đó.**

Các từ cần thiết theo chủ đề ở từng trang sẽ giúp bạn tìm được câu mà bạn muốn nói.

Ví dụ **Trên máy bay** → **chỗ ngồi** → **Chỗ ngồi của tôi ở đâu ạ?**

   Tình huống   Từ cần thiết   Câu nói

Step 3 **Đọc câu được viết bằng phiên âm của Siwonschool.**

Sau khi tìm được câu muốn nói, bạn chỉ cần đọc theo phiên âm có sẵn là xong.

Ví dụ

Chỗ ngồi của tôi ở đâu ạ?   jê jari ođiêyô?
                                  제 자리 어디예요?

Step 4 **Bạn cũng có thể hoàn thành câu bằng cách điền các từ trong hộp vào chỗ trống.**

Nếu bạn ghép các từ trong hộp được gạch chân như hình bên vào câu, bạn có thể nói được nhiều câu trong nhiều tình huống khác nhau.

Step 5 **Sử dụng trang khẩn cấp để tìm các câu bạn cần dùng ngay khi có chuyện khẩn cấp xảy ra.**

Sử dụng trang 'Tình huống nguy cấp' để tìm các câu bạn cần dùng ngay khi gặp chuyện khẩn cấp.

Step 6 **Tham khảo những mẹo nên sử dụng khi đi du lịch Hàn Quốc.**

Những mẹo mà bạn có thể sử dụng để có một chuyến du lịch Hàn Quốc thú vị và không gặp phải nhiều khó khăn ngay cả khi không biết tiếng Hàn.

5

Mục lục CONTENTS

Cách sử dụng sách Tiếng Hàn Du Lịch   004

Mục lục   006

Danh sách các từ đầu mục   007

Tiếng Hàn là gì?   020

PART 01 **Trên máy bay**   026

PART 02 **Sân bay**   037

PART 03 **Trên đường**   051

PART 04 **Trên taxi và tàu**   059

PART 05 **Bệnh viện**   073

PART 06 **Khách sạn**   085

PART 07 **Nhà hàng**   105

PART 08 **Du lịch**   115

PART 09 **Đi mua sắm**   129

PART 10 **Về nước**   141

Danh sách các từ đầu mục

- Các từ và câu cần thiết được trình bày theo thứ tự tiếng Việt.
- Bạn có thể tìm câu cần thiết và dùng ngay.

A

ảnh / 사진

· Tôi có thể chụp ảnh ở đây được
  không ạ?   122

· Anh/Chị giúp tôi chụp một tấm ảnh ạ.
                                    122

· Anh/Chị giúp tôi chụp thêm một tấm
  ảnh ạ.   122

áo / 옷

· Tôi muốn xem áo ạ.   132

· Có _____ không ạ?   132

ăn cơm / 식사

· Mấy giờ ăn cơm ạ?   032

· Thực đơn hôm nay là gì ạ?   032

B

bàn / 테이블

· Làm ơn dọn bàn giúp tôi ạ.   108

· Đổi cho tôi chỗ khác nhé.   108

· Cho tôi chỗ cạnh cửa sổ ạ.   108

bao nhiêu / 얼마

· _____ bao nhiêu ạ?   090

· Có thể giảm giá cho tôi được không ạ?
                                    090

bao nhiêu tiền ạ? / 얼마예요?

· Đến _____ bao nhiêu tiền ạ?   063

· Từ đây đến _____ có xa không ạ?
                                    063

bảo hiểm / 보험

· Tôi có bảo hiểm y tế ạ.   079

· Tôi không có bảo hiểm y tế ạ.   079

bát / 그릇

· Cho tôi cái _____ ạ.   109

· Cho tôi thêm một cái _____ ạ   109

bật / 켜다

· Anh/Chị hãy bật _____ cho tôi ạ.
                                    064

bên phải / 오른쪽

· Rẽ bên phải ạ?   053

· Có phải tòa nhà bên phải không ạ?
                                    053

bên trái / 왼쪽

· Rẽ bên trái ạ? 053

· Có phải tòa nhà bên trái không ạ? 054

buổi biểu diễn / 공연

· Mấy giờ bắt đầu buổi biểu diễn ạ? 125

· Tôi có thể ăn trong rạp được không ạ? 125

· Tôi có thể chụp ảnh trong rạp được không ạ? 125

bữa sáng / 조식

· Bữa sáng bắt đầu từ lúc mấy giờ ạ? 090

· Bữa sáng phục vụ đến mấy giờ ạ? 090

· Bữa sáng ăn ở đâu ạ? 091

· Bữa sáng có những món gì ạ? 091

· Nếu bao gồm bữa sáng thì bao nhiêu ạ? 091

C

cái này / 이거

· Cái này là cái gì ạ? 029

· Cho tôi xin cái này ạ. 029

· Cho tôi xin thêm một cái này nữa. 029

· Cái này không hoạt động ạ. 029

· Xin anh / chị dọn cái này cho tôi. 029

· Xin anh / chị đổi cái này cho tôi. 029

· Tôi có thể lấy cái này được không ạ? 029

· Không phải cái này ạ. 029

cảm ơn / 고맙습니다

· Cảm ơn nhiều ạ. 055

· Cảm ơn. 055

cáp treo / 케이블카

· Đi cáp treo ở đâu ạ? 125

· Mua vé cáp treo ở đâu ạ? 125

· Vé cáp treo bao nhiêu tiền ạ? 125

· Vé cáp treo khứ hồi bao nhiêu tiền ạ? 125

câu hỏi / 질문

· Tôi có thể _____ ở đâu? 145

· _____ ở đâu ạ? 145

chẩn đoán / 진단

· Tôi bị đau _____. 076

chi phí / 비용, 요금

· Bao nhiêu tiền ạ? 080

· Đắt quá ạ. 080

· Thanh toán bằng thẻ tín dụng được không ạ? 080

· Tôi không còn thẻ nào khác ạ. 080

· Tôi sẽ thanh toán bằng tiền mặt ạ. 080

· Tôi sẽ thanh toán bằng thẻ ạ. 080

· Chí phí này là gì ạ? 101

· Chi phí này nhiều hơn phí thực tế ạ. 101

· Tổng chi phí sai rồi ạ. 101

chìa khóa phòng / 방 키

· Cho tôi xin thêm một cái chìa khóa phòng ạ. 091

· Tôi bị mất chìa khóa phòng rồi ạ. 091

· Tôi đã để quên chìa khóa trong phòng rồi ạ. 091

· Chìa khóa phòng này không được ạ. 091

chỗ ngồi / 자리

· Chỗ ngồi này là của anh/chị phải không ạ? 030

· Đây là chỗ ngồi của tôi ạ. 030

· Chỗ ngồi của tôi ở đâu ạ? 030

· Làm ơn cho tôi ghế _____ ạ. 143

chỗ ở / 숙박

· Tôi định ở _____ ạ. 044

chờ / 기다리다

· Tôi phải chờ bao lâu ạ? 066

· Xin chờ tôi một chút ạ. 066

· Anh/Chị có thể chờ tôi ở đây được không ạ? 066

chờ / 대기

· Phải chờ khoảng bao lâu ạ? 041

· Tôi phải chờ ở đâu ạ? 041

· Tôi có thể ra ngoài sân bay không ạ? 041

· Phòng chờ ở đâu ạ? 041

· Có thể dùng internet ở đâu ạ? 041

chuyến bay tiếp theo / 다음 비행 편

· Bao giờ có chuyến bay tiếp theo ạ? 041

có _____ không? / _____ 있어요?

· Có _____ không ạ? 132

cốp xe / 트렁크

· Anh/Chị mở giúp tôi cốp xe với ạ. 064

· Cốp xe không mở được ạ. 064

cỡ / 사이즈

· Anh/Chị có cỡ _____ không ạ? 133

· To quá ạ. 133

· Nhỏ quá ạ. 133

· Cho tôi cái lớn hơn ạ. 133

· Cho tôi cái nhỏ hơn ạ 133

cửa hàng miễn thuế / 면세점

· Cửa hàng miễn thuế ở đâu ạ? 042

· Quầy bán mỹ phẩm ở đâu ạ? 042

· Xin gói lại giúp tôi ạ. 042

cửa ra / 게이트

· Tôi không thể tìm thấy cửa ra ạ. 040

· Cửa ra ở đâu ạ?   040

cước phí / 요금

· _____ bao nhiêu ạ?   064

D

dịch vụ phòng / 룸서비스

· Cho tôi đặt dịch vụ phòng ạ.   097

· Tôi muốn xem thực đơn của
dịch vụ phòng ạ.   097

· Anh/Chị hãy cho tôi _____ ạ.   097

dọn dẹp / 청소

· Anh/Chị hãy dọn dẹp phòng
giúp tôi ạ.   096

· Phòng chưa được dọn dẹp ạ.   096

· Anh/Chị đừng dọn dẹp phòng
tôi nhé.   096

dừng xe / 세우다

· Anh/Chị hãy dừng xe ở đây giúp tôi ạ.
     065

· Anh/Chị dừng xe ở đây giúp tôi
một lát nhé.   065

· Xin hãy dừng xe ở lối vào giúp tôi ạ.
     065

· Xin hãy dừng xe ở lối ra giúp tôi ạ.
     065

Đ

đá / 얼음

· Không có đá ạ.   099

· Tôi có thể lấy đá ở đâu ạ?   099

· Cho tôi nhiều đá ạ.   110

· Cho tôi một chút đá thôi ạ.   110

· Không cho đá nhé.   110

đặt chỗ / 예약

· Tôi đã đặt chỗ rồi ạ.   107

· Tôi chưa đặt chỗ ạ.   107

· Tôi đã đặt chỗ với tên của tôi ạ.   107

· Tôi đã đặt chỗ cho _____ ạ.   108

đặt phòng / 예약

· Tôi đã đặt phòng rồi ạ.   089

· Tôi chưa đặt phòng ạ.   089

· Tôi đã đặt phòng với tên tôi ạ.   089

đặt vé / 예매

· Tôi đã đặt vé trên mạng rồi ạ.   068

· Tôi vẫn chưa đặt vé ạ.   068

· Tôi phải đặt vé ở đâu ạ?   068

đèn / 불

· Bật đèn như thế nào ạ?   030

· Xin anh/ chị tắt đèn giúp tôi.   030

đến nơi / 도착

· Khi nào thì đến nơi ạ?   118

· Có thể đến nơi sớm hơn được không ạ? 118

đi bộ / 걷다

· Tôi có thể đi bộ từ đây được không ạ? 054

· Mất bao lâu ạ? 054

đi tắc xi / 택시를 타다

· Chỗ đón _____ ở đâu ạ? 062

điểm đến / 목적지

· Điểm đến vẫn còn xa phải không ạ? 067

điều trị / 치료

· Tôi muốn uống thuốc ạ. 078

· Tôi ghét uống thuốc ạ. 078

· Tôi muốn được _____ ạ. 078

· Tôi ghét bị _____ ạ. 078

đóng gói / 포장

· Gói lại ạ. 111

· Món này có thể gói lại được không ạ? 111

· Anh/Chị hãy gói phần còn lại cho tôi ạ. 111

· Tôi sẽ ăn ở đây ạ. 111

· Xin gói cái này lại giúp tôi ạ. 137

· Xin gói riêng từng cái một cho tôi ạ. 137

· Gói cái này cho tôi thôi nhé. 137

đồ dùng khách sạn / 호텔용품

· Cho tôi _____ ạ. 094

· Không có _____ ạ. 094

· Cho tôi xin thêm một cái _____ ạ. 094

đồ uống / 음료

· Có đồ uống gì ạ? 110

· Cho tôi _____ ạ. 110

đổi tiền / 환전

· Đổi tiền ở đâu ạ? 046

· Đổi tiền Việt Nam được không ạ? 046

đường / 길, 거리

· Anh/Chị có thể chỉ đường này cho tôi được không ạ? 053

· Đường này ở đâu ạ? 053

· Tên của đường này là gì ạ? 053

G

ga tàu / 기차역

· _____ ở đâu ạ? 067

· _____ đi như thế nào ạ? 067

· _____ có xa đây không ạ? 067

· Hãy đưa tôi đến _____. 067

giá vé / 표 가격

· Giá vé bao nhiêu ạ? 068

· Thanh toán bằng thẻ tín dụng

được không ạ? 068

· Tôi không có tiền mặt ạ. 068

giải thích / 설명

· Đã xảy ra tai nạn giao thông rồi ạ. 077

· Tôi đã ăn/uống _____ ạ. 077

· Anh/Chị hãy giải thích cái này cho tôi với ạ. 122

· Xin anh/chị giải thích bằng _____ cho tôi với ạ. 122

giảm giá, khuyến mại / 할인, 세일

· Có được giảm giá không ạ? 121

· Giá này là giá đã được giảm phải không ạ? 121

· Đi theo đoàn có được giảm giá không ạ? 121

· Có giảm giá không ạ? 135

· Giảm bao nhiêu ạ? 135

· Giảm giá nữa được không ạ? 135

· Cái này có khuyến mại không ạ? 135

· Giá này là giá khuyến mại ạ? 135

· Cái này là hàng có khuyến mại phải không ạ? 135

giao thông công cộng / 대중교통

· Tôi có thể đón _____ ở đâu ạ? 047

· Sẽ khởi hành lúc mấy giờ ạ? 047

· _____ bao nhiêu ạ? 047

giặt là / 세탁

· Tôi muốn đăng ký dịch vụ giặt là ạ. 098

· Dịch vụ giặt là khi nào đến ạ? 098

· Đồ giặt là bị hỏng rồi ạ. 098

giới hạn / 제한

· Trọng lượng giới hạn là bao nhiêu ạ? 144

· Trọng lượng giới hạn của hành lý xách tay là bao nhiêu ạ? 144

giường / 침대

· Xin cho tôi giường _____ ạ. 093

· Phòng có giường _____ là bao nhiêu ạ? 093

gọi báo thức / 모닝콜

· Xin hãy gọi báo thức cho tôi ạ. 097

· Xin hãy hủy gọi báo thức cho tôi ạ. 097

· Xin hãy gọi báo thức cho tôi lúc _____ giờ ạ. 097

gọi món / 주문

· Cho tôi gọi món ạ. 108

· Cho tôi cái này ạ. 108

· Tôi đã gọi món rồi ạ. 108

· Một lát nữa tôi sẽ gọi món ạ. 109

· Tôi không gọi món này ạ. 109

H

hạ cánh muộn / 연착

· Máy bay bị hạ cánh muộn ạ?   040

· Tôi phải chờ bao lâu ạ?   040

hàng miễn thuế trên máy bay / 기내 면세품

· Xin cho tôi xem hàng miễn thuế trên máy bay.   033

· Thanh toán bằng thẻ tín dụng được không ạ?   033

· Thanh toán bằng tiền Việt Nam được không ạ?   033

· Giới hạn miễn thuế là bao nhiêu ạ?   033

· Cho tôi xin hóa đơn ạ.   033

hành lý / 수하물, 짐

· Tôi có thể tìm hành lý ở đâu ạ?   045

· Cái _____ là của tôi ạ.   045

· Tôi không thể tìm thấy hành lý của tôi ạ.   045

· Hành lý của tôi chưa ra ạ   045

· Hành lý của tôi bị mất rồi ạ.   045, 092

· Chỗ khai báo hành lý thất lạc ở đâu ạ?   045

· Tôi gửi hành lý được không ạ?   092

· Anh/Chị có thể xách hành lý lên phòng giúp tôi được không ạ?   092

· Cái này không phải là hành lý của tôi ạ.   092

· Hành lý của tôi bị mất rồi ạ.   092

· Xin hãy tìm hành lý giúp tôi ạ.   092

· Tôi không có hành lý kí gửi ạ.   144

· Hành lý của tôi có quá cân không ạ?   144

· Tôi có _____ hành lý xách tay ạ.   144

· Có thể mang _____ lên trên máy bay được không ạ?   145

hiệu thuốc, nhà thuốc / 약국

· Có thuốc _____ không ạ?   079

· Xin cho tôi thuốc _____ ạ.   079

· Đây là đơn thuốc ạ.   079

· Tôi không có đơn thuốc ạ.   079

· Xin cho tôi loại thuốc có thể mua mà không cần đơn thuốc ạ.   079

hóa đơn / 영수증, 계산서

· Xin cho tôi xem hóa đơn ạ.   099

· Tính tiền sai rồi ạ.   099

· Tôi sẽ thanh toán ạ.   111

· Cho tôi hóa đơn ạ.   111

· Hóa đơn bị sai rồi ạ.   111

· Tôi không gọi món này ạ.   111

· Cho tôi xin hóa đơn ạ.   066, 080

· Anh/Chị chưa đưa hóa đơn cho tôi ạ.   066, 080, 136

· Tôi cần hóa đơn ạ.   136

13

hoàn thuế / 세금 환급

· Chỗ hoàn thuế ở đâu ạ? 146

· Tôi có được hoàn thuế không ạ? 146

· Tại sao tôi không được hoàn thuế ạ? 146

hoãn / 지연

· Tại sao chuyến bay bị hoãn ạ? 143

· Chuyến bay của tôi bị hoãn đến khi nào ạ? 143

hướng dẫn viên du lịch / 관광 가이드

· Ai là hướng dẫn viên du lịch ạ? 123

· Tôi cần hướng dẫn viên ạ. 123

I

internet / 인터넷

· Không sử dụng được _____ ạ. 095

· Sử dụng được _____ ở đâu ạ? 096

K

két sắt cá nhân / 개인 금고

· Sử dụng két sắt như thế nào ạ? 098

· Két sắt không mở được ạ. 098

· Trong két sắt có đồ ạ. 098

L

lên máy bay / 탑승

· Bao giờ tôi có thể lên máy bay ạ? 040

· Tôi phải chờ đến khi nào ạ? 040

lịch trình / 일정

· Cho tôi xem lịch trình của buổi biểu diễn ạ. 119

· Lịch trình cụ thể thế nào ạ? 119

lối vào, lối ra / 입구, 출구

· Lối ra ở đâu ạ? 046, 119

· Tôi không thể tìm thấy lối ra ạ. 046, 119

· Tôi không thể tìm thấy lối vào ạ. 119

· Lối vào ở đâu ạ? 119

lý do / 이유

· Tôi đến đây để _____. 044

M

màn hình / 모니터

· Màn hình không lên hình ạ. 030

máy sấy tóc / 드라이기

· Máy sấy tóc này không được tốt lắm ạ. 095

· Máy sấy tóc này bị hỏng rồi ạ. 095

mặc thử, đi thử / 입어 보다, 신어 보다

· [áo] Tôi sẽ mặc thử cái này ạ. 134

· [giày] Tôi sẽ đi thử cái này ạ. 134

· Tôi sẽ mặc thử cái khác ạ. 134

· Tôi sẽ đi thử cỡ khác ạ. 134

mất bao lâu ạ? / 얼마나 걸려요?

· Cách đây bao lâu ạ?   055

· Đi bộ mất bao lâu ạ?   055

· Đi xe buýt mất bao lâu ạ?   055

· Đi tắc xi mất bao lâu ạ?   055

· Đến đó mất bao lâu ạ?   063

· Đến đó mất nhiều thời gian không ạ?
                                               063

· Mất _____ không ạ?   063

N

người nước ngoài / 외국인

· Người nước ngoài xếp hàng ở đây
  phải không ạ?   042

· Đây là hàng dành cho người nước
  ngoài phải không ạ?   043

· Tôi là người Việt Nam ạ.   043

nhà hàng / 식당, 레스토랑

· _____ ở đâu ạ?   042

· Có mất nhiều thời gian không ạ?   042

nhà vệ sinh / 화장실

· Nhà vệ sinh ở đâu ạ?   123

· Tôi muốn đi vệ sinh ạ.   123

· Tôi cần vào nhà vệ sinh gấp.   123

· Không có giấy vệ sinh ạ.   123

· Có giấy vệ sinh không ạ?   123

nhận phòng / 체크인

· Tôi sẽ nhận phòng ạ.   089

· Tiến hành nhận phòng ở đâu ạ?   090

· Nhận phòng từ mấy giờ ạ?   090

· Tôi gửi hành lý được không ạ?   090

nhập viện, xuất viện / 입원, 퇴원

· Tôi đã nhập viện vì đau _____ ạ.   081

· Tôi không thể nhập viện được ạ.   081

· Bao giờ tôi có thể xuất viện ạ?   081

· Tôi phải xuất viện ạ.   081

nơi chốn / 시설

· _____ ở đâu ạ?   047

nước / 물

· Nước không chảy ra ạ.   095

· Chỉ có nước nóng chảy ra thôi ạ.   095

· Chỉ có nước lạnh chảy ra thôi ạ.   095

O

ở đâu ạ? / 어디 있어요?

· _____ ở đâu ạ?   054

P

phòng / 방

· Phòng tôi ở đâu ạ?   094

· Phòng này _____ ạ.   094

phòng bán vé / 매표소

· Phòng bán vé ở đâu ạ?   068

phòng thử đồ / 피팅 룸

· Phòng thử đồ ở đâu ạ?   134

· Tôi có thể mặc thử mấy cái ạ?   134

· Tôi chưa mặc thử cái này ạ.   134

Q

quà / 선물

· Tôi dùng để tặng quà ạ.   045

· Đây là quà tôi nhận được ạ.   046

· Tôi mua cái này để làm quà ạ.   046

· Đây là _____ ạ.   046

· Hãy gói quà giúp tôi nhé.   135

· Cái nào hợp để làm quà ạ?   135

· Người ta có hay mua cái này làm quà không ạ?   135

quầy bar mini / 미니바

· Tôi không dùng quầy bar mini ạ.   100

· Chi phí ở quầy bar mini tính sai rồi ạ.   100

S

sảnh / 로비

· Sảnh ở đâu ạ?   089

· Tôi không thể tìm thấy sảnh khách sạn ạ.   089

số người / 인원

· Một mình ạ.   107

· _____ người ạ.   107

sự trợ giúp / 도움

· Xin giúp tôi với ạ.   147

· Tôi bị lỡ chuyến bay ạ.   147

· Xin liên lạc đến đại sự quán Việt Nam tại Hàn Quốc cho tôi ạ.   147

T

tai nghe / 헤드폰

· Cho tôi xin tai nghe ạ.   031

· Tai nghe của tôi không hoạt động ạ.   031

tắc xi / 택시

· Anh/Chị hãy gọi giúp tôi tắc xi ạ.   062

· Cho tôi đến địa chỉ này ạ.   062

· Hãy đi đến _____ ạ.   062

tầm nhìn / 전망

· Xin cho tôi phòng có tầm nhìn hướng ra biển ạ.   093

· Xin cho tôi phòng có tầm nhìn hướng ra thành phố ạ.   093

· Xin cho tôi phòng có tầm nhìn đẹp ạ.   093

· Phòng này có tầm nhìn không đẹp lắm ạ.   093

tầng mấy / 몇 층

· _____ ở tầng mấy ạ?　　092

tham quan / 관광

· Anh/Chị hãy giới thiệu cho tôi
　một số danh lam thắng cảnh ạ.　120

· Nơi này có phải là _____ không ạ?
　　　　　　　　　　　　　　120

· Phòng hướng dẫn ở đâu ạ?　120

· Phòng hướng dẫn gần nhất ở đâu ạ?
　　　　　　　　　　　　　　120

thang máy / 엘리베이터

· Thang máy ở đâu ạ?　　091

· Thang máy này không hoạt động ạ.
　　　　　　　　　　　　　　091

thanh toán / 계산

· Thanh toán bằng thẻ được không ạ?
　　　　　　　　　　　　　　065

· Thanh toán bằng đô la được không ạ?
　　　　　　　　　　　　　　065

· Tôi không có tiền lẻ ạ.　065

thay đổi / 변경

· Tôi muốn thay đổi _____ ạ.　143

thất lạc / 분실

· Cái _____ của tôi bị thất lạc mất rồi ạ.
　　　　　　　　　　　　　　146

thẻ tín dụng / 신용 카드

· Tôi thanh toán bằng thẻ tín dụng

được không ạ?　　101

· Tôi không có thẻ tín dụng nào khác ạ.
　　　　　　　　　　　　　　101

thêm / 추가

· Tại sao có thêm tiền phụ thu ạ?　100

· Cái nào thêm vào ạ?　100

· Giải thích cái này giúp tôi đi ạ.　100

thông dịch viên / 통역사

· Tôi nghe không hiểu ạ.　043

· Xin gọi cho tôi thông dịch viên người
　Việt Nam ạ.　　043

· Xin anh/ chị nói chậm thôi ạ.　043

· Xin anh/ chị nói lại lần nữa ạ.　043

(khoảng) thời gian / 기간

· Tôi định ở trong _____ ạ.　044

· Tôi đã đến Hàn Quốc vào _____ rồi ạ.
　　　　　　　　　　　　　　077

· Tôi sẽ ở Hàn Quốc trong vòng _____ ạ.
　　　　　　　　　　　　　　077

· Tôi đã bị đau trong vòng _____ rồi ạ.
　　　　　　　　　　　　　　077

thời gian mở cửa / 개장 시간

· Khi nào mở cửa ạ?　121

· Khi nào đóng cửa ạ?　121

· Ở đây làm đến mấy giờ ạ?　121

thực đơn / 메뉴

· Cho tôi thực đơn ạ.　109

· Thực đơn ở đây có món nào đặc biệt không ạ? 109

· Thực đơn hôm nay là gì ạ? 109

· Hãy giới thiệu món giúp tôi ạ. 109

tivi / 텔레비전

· Tivi không lên hình ạ. 096

· Điều khiển không hoạt động ạ. 096

tôi đang ở _____ / _____에 있어요

· Tôi đang ở _____. 066

tờ khai / 신고서

· Xin cho tôi mượn cây bút một chút. 032

· Xin giúp tôi điền vào _____ ạ. 032

· Cho tôi xin thêm một tờ _____ ạ. 032

trả phòng / 체크아웃

· Tôi sẽ trả phòng ạ. 099

· Mấy giờ trả phòng ạ? 099

trả tiền / 지급

· Cái này bao nhiêu tiền ạ? 136

· Đắt quá ạ. 136

· Giảm một chút cho tôi đi ạ. 136

· Tôi trả bằng tiền mặt ạ. 136

· Tôi trả bằng thẻ ạ. 136

triệu chứng / 증상

· Đã xảy ra tai nạn giao thông rồi ạ. 075

· Bị _____ ạ. 075

· Họng bị sưng ạ. 075

· Chân bị sưng ạ. 075

trợ giúp / 도움

· Xin giúp tôi với ạ. 147

· Tôi bị lỡ tàu ạ. 147

· Xin liên lạc đến đại sự quán Việt Nam tại Hàn Quốc cho tôi ạ. 147

V

váy, quần / 치마, 바지

· Tôi muốn xem váy / quần ạ. 133

· Có _____ không ạ? 133

vé 티켓 / 표

· Đây là vé của tôi ạ. 043

· Tôi không mang vé theo ạ. 043

· Xin cho tôi vé một chiều đến _____ ạ. 069

· Xin cho tôi vé hai chiều đến _____ ạ. 069

· Cho tôi xin _____ vé ạ. 069

· Cho tôi _____ cái vé ạ. 124

· _____ cái vé bao nhiêu tiền ạ? 124

· Hoàn tiền vé cho tôi ạ. 124

· Cho tôi vé suất _____ ạ. 124

vé vào cửa / 입장권

· Vé vào cửa bao nhiêu tiền ạ?   120

· Vé vào cửa cho trẻ em bao nhiêu tiền ạ?
                                   120

X

xuất phát / 출발

· Khi nào xuất phát ạ?   118

· Xuất phát muộn một chút được
  không ạ?   118

· Xuất phát nhanh một chút được
  không ạ?   118

Y

yêu cầu / 요청

· Có _____ không ạ?   031

· Cho tôi xin _____ ạ.   031

· Hãy rẽ phải ạ.   054

· Hãy rẽ trái ạ.   054

· Hãy đi thẳng ạ.   054

· Hãy vòng ngược lại ạ.   054

· Anh/Chị có thể đưa tôi đến bệnh viện
  được không ạ?   075

· Xin gọi 119 giúp tôi ạ.   076

· Xin gọi xe cấp cứu giúp tôi ạ.   076

· Ở gần đây có _____ không ạ?   076

· Anh/Chị có thể đưa tôi đến _____
  được không?   076

Tiếng Hàn là gì?

'Tiếng Hàn' có nghĩa là 'ngôn ngữ mà người Hàn Quốc sử dụng' với 'Hangul' là 'chữ viết đặc trưng riêng của Hàn Quốc'. Hangul được tạo ra bởi vua Sejong vào thế kỷ 15 để giúp toàn dân bách tính có thể thành thạo quốc ngữ thay cho việc sử dụng tiếng Hán vốn rất khó khăn. Khi được công bố vào năm 1446, tiếng Hàn được gọi là 'Hunminjeongeum' (Huấn dân chính âm), có tổng cộng 28 chữ phụ âm và nguyên âm, nhưng hiện tại chỉ có 24 chữ được sử dụng.

Đặc trưng của tiếng Hàn

1. Tiếng Hàn không có dấu.
2. Tiếng Hàn là văn tự biểu âm.
3. Tiếng Hàn được dùng bằng cách kết hợp 14 phụ âm cơ bản, 5 phụ âm ghép, 10 nguyên âm cơ bản và 11 nguyên âm ghép. Các âm tiết trong tiếng Hàn luôn bao gồm phụ âm và nguyên âm, cũng có trường hợp có thêm một phụ âm nữa được gọi là 'Batchim'.

Khi không có Batchim

Batchim là phụ âm đứng cuối/dưới của một từ trong tiếng Hàn.

Kết hợp theo chiều ngang	
Tiếng Hàn	ㄱ + ㅏ = 가
Phiên âm	g + a = ga

Kết hợp theo chiều dọc	
Tiếng Hàn	Phiên âm
ㅁ	m
+	+
ㅜ	u
‖	‖
무	mu

Kết hợp theo chiều ngang		Kết hợp theo chiều dọc	
Tiếng Hàn	ㄱ + ㅏ + ㅁ = 감	Tiếng Hàn	Phiên âm
		ㅁ	m
		+	+
		ㅜ	u
Phiên âm	g + a + m = gam	+	+
		ㄹ	l
		‖	‖
		물	mul

4. Có kính ngữ để gọi đồ vật hoặc người.

5. Ngôn ngữ cấu thành với hơn 60% từ Hán-Hàn, 30% từ thuần Hàn và còn lại là từ ngoại lai.

Phụ âm cơ bản(14 chữ)

Tiếng Hàn có 14 chữ phụ âm cơ bản.

Chữ	Tên	Chữ	Tên
ㄱ	기역 [giyok]	ㅇ	이응 [iưng]
ㄴ	니은 [niưn]	ㅈ	지읒 [jiưt]
ㄷ	디귿 [đigưt]	ㅊ	치읓 [chiưt]
ㄹ	리을 [riưl]	ㅋ	키읔 [khiưk]
ㅁ	미음 [miưm]	ㅌ	티읕 [thiưt]
ㅂ	비읍 [biưp]	ㅍ	피읖 [phiưp]
ㅅ	시옷 [siôt]	ㅎ	히읗 [hiưh]

＊Khi phụ âm 'ㅇ [iưng]' được sử dụng làm phụ âm đầu của một âm tiết, phụ âm sẽ có phiên âm của nguyên âm được kết hợp.

＊Ngoài các phụ âm cơ bản, tiếng Hàn còn có cả phụ âm ghép 'ㄲ 쌍기역 [xang siôt], ㄸ 쌍디귿 [xang đigưt], ㅃ 쌍비읍 [xang biưp], ㅆ 쌍시옷 [xang siôt], ㅉ [xang jiưt] 쌍 지읒'. Qua đó, tổng cộng có 19 phụ âm trong tiếng Hàn.

Nguyên âm cơ bản (10 chữ)

Tiếng Hàn có 10 nguyên âm cơ bản, các nguyên âm được kết hợp với triết lí ' • ' có nghĩa là 'trời', '—' có nghĩa là 'đất' và 'ㅣ' có nghĩa là 'người'.

Chữ	Tên	Chữ	Tên
ㅏ	아 [a]	ㅛ	요 [yô]
ㅑ	야 [ya]	ㅜ	우 [u]
ㅓ	어 [o]	ㅠ	유 [yu]
ㅕ	여 [yo]	ㅡ	으 [ư]
ㅗ	오 [ô]	ㅣ	이 [i]

＊Ngoài các nguyên âm cơ bản, tiếng Hàn còn có cả nguyên âm ghép 'ㅐ 애 [e], ㅒ 얘 [ye], ㅔ 에 [ê], ㅖ 예 [yê], ㅘ 와 [ôa], ㅙ 왜 [uê], ㅚ 외 [uê], ㅝ 워 [uơ], ㅞ 웨 [uê], ㅟ 위 [ui], ㅢ 의 [ưi]'. Qua đó, tổng cộng có 21 nguyên âm trong tiếng Hàn.

22

Giới thiệu cách phiên âm tiếng Hàn của Siwonschool

Cách kí hiệu phiên âm tiếng Hàn của Siwonchool là cách phiên âm tiếng Hàn của Viện ngôn ngữ Quốc gia Hàn Quốc đã được biên soạn bởi chuyên gia người Việt Nam về ngôn ngữ tiếng Hàn.

Kí hiệu cách phát âm phụ âm

Một số phụ âm trong tiếng Hàn không thể được biểu thị chính xác bằng tiếng Việt. Vì vậy phiên âm tiếng Việt tương tự nhất với phụ âm tiếng Hàn có được là như sau.

Phụ âm	Phiên âm	Phụ âm	Phiên âm
ㄱ	g	ㅆ	x
ㄲ	c	ㅇ	(theo nguyên âm)
ㄴ	n	ㅈ	j
ㄷ	đ	ㅉ	jj
ㄸ	t	ㅊ	ch
ㄹ	r	ㅋ	kh
ㅁ	m	ㅌ	th
ㅂ	b	ㅍ	ph
ㅃ	p	ㅎ	h
ㅅ	s		

Một số nguyên âm trong tiếng Hàn không thể được biểu thị chính xác bằng tiếng Việt. Vì vậy phiên âm tiếng Việt tương tự nhất với nguyên âm tiếng Hàn có được là như sau.

Nguyên âm	Phiên âm	Nguyên âm	Phiên âm
ㅏ	a	ㅚ	uê
ㅐ	e	ㅛ	yô
ㅑ	ya	ㅜ	u
ㅒ	ye	ㅝ	uơ
ㅓ	o	ㅞ	uê
ㅔ	ê	ㅟ	ui
ㅕ	yo	ㅠ	yu
ㅖ	ye	ㅡ	ư
ㅗ	ô	ㅢ	ưi
ㅘ	ôa	ㅣ	i
ㅙ	uê		

Kí hiệu cách phát âm Batchim

Các âm tiết trong tiếng Hàn luôn bao gồm hơn một phụ âm và nguyên âm. Phụ âm cuối, hay nói một cách dễ hiểu là phụ âm nằm sau nguyên âm, được gọi là 'Batchim'. Tổng cộng có 14 phụ âm cơ bản có thể dùng làm Batchim, nhưng khi phát âm thì chỉ có 7 âm chính là 'ㄱ, ㄴ, ㄷ, ㄹ, ㅁ, ㅂ, ㅇ'.

Phụ âm cuối = Batchim		
Phụ âm	Âm câm	Phiên âm
ㄱ	ㅋ, ㄲ	k
ㄴ		n
ㄷ	ㄸ, ㅅ, ㅆ, ㅈ, ㅉ, ㅊ, ㅌ	t
ㄹ		l
ㅁ		m
ㅂ	ㅃ, ㅍ	p
ㅇ		ng
	ㅎ	(ngơ)

PART 01

Trên máy bay

Trên máy bay

Bạn không cần biết nhiều từ mới.

01	cái này	**igo** 이거
02	chỗ ngồi	**jari** 자리
03	màn hình	**monitor** 모니터
04	đèn	**bul** 불
05	tai nghe	**headphone** 헤드폰
06	yêu cầu	**yôchong** 요청
07	ăn cơm	**siksa** 식사
08	tờ khai	**singôso** 신고서
09	hàng miễn thuế trên máy bay	**gine myonsê-phum** 기내 면세품

Hãy tìm nhanh và đọc nhé!

01 cái này

igo
이거

· Cái này là cái gì ạ?

igo muơ-êyô?
이거 뭐예요?

· Cho tôi xin cái này ạ.

igo jusêyô.
이거 주세요.

· Cho tôi xin thêm một cái này nữa.

igo hana đo jusêyô.
이거 하나 더 주세요.

· Cái này không hoạt động ạ.

igo an đuêyô.
이거 안 돼요.

· Xin anh / chị dọn cái này cho tôi.

igo chiuơ jusêyô.
이거 치워 주세요.

· Xin anh / chị đổi cái này cho tôi.

igo bacuơ-jusêyô.
이거 바꿔 주세요.

· Tôi có thể lấy cái này được không ạ?

igo gajyođô đuêyô?
이거 가져도 돼요?

· Không phải cái này ạ.

igo aniêyô.
이거 아니에요.

02 chỗ ngồi jari
자리

- · Chỗ ngồi này là của anh / chị phải không ạ? **yogi đangsin jari-êyô?**
여기 당신 자리예요?

- · Đây là chỗ ngồi của tôi ạ. **jê jari-êyô.**
제 자리예요.

- · Chỗ ngồi của tôi ở đâu ạ? **jê jari ođiêyô?**
제 자리 어디예요?

03 màn hình monitor
모니터

- · Màn hình không lên hình ạ. **monitor-ga an na-ôayô.**
모니터가 안 나와요.

04 đèn bul
불

- · Bật đèn như thế nào ạ? **bul otokhê kyoyô?**
불 어떻게 켜요?

- · Xin anh / chị tắt đèn giúp tôi. **bul jôm co jusêyô.**
불 좀 꺼 주세요.

05 tai nghe

headphone
헤드폰

· Cho tôi xin tai nghe ạ.

headphone jôm jusêyô.
헤드폰 좀 주세요.

· Tai nghe của tôi không hoạt động ạ.

headpho-ni an đuêyô.
헤드폰이 안 돼요.

06 yêu cầu ❓

yôchong
요청

· Có _____ không ạ?

_____ ixoyô?
_____ 있어요?

· Cho tôi xin _____ ạ.

_____ jôm jusêyô.
_____ 좀 주세요.

☑ từ vựng bổ sung

nước 물 mul | **giấy ăn** 냅킨 napkin | **báo** 신문 sinmun | **gối** 베개 bêge | **dép** 슬리퍼 slipper | **nước cam** 오렌지주스 orange juice | **nước nóng** 뜨거운 물 tưgoun mul | **nước lạnh** 얼음물 orưm-mul | **cô-ca** 콜라 cola | **7-up** 사이다 saiđa | **trà xanh** 녹차 nôkcha | **cà phê** 커피 coffee | **bia** 맥주 mekju | **rượu vang** 와인 wine | **tai nghe** 헤드폰 headphone | **miếng che mắt** 안대 anđe | **chăn** 담요 đam-yô | **khăn ướt** 물티슈 mul-tissue | **cái này** 이거 igo | **cái kia** 저거 jogo | **cái đó** 그거 gưgo

07 ăn cơm

siksa
식사

· Mấy giờ ăn cơm ạ? **siksa sigani myot xiêyô?**
식사 시간이 몇 시예요?

· Thực đơn hôm nay là gì ạ? **onưl menu mưo-êyô?**
오늘 메뉴 뭐예요?

08 tờ khai

singôso
신고서

· Xin cho tôi mượn cây bút một chút. **pen jôm bil-lyojusêyô.**
펜 좀 빌려주세요.

· Xin giúp tôi điền vào _____ ạ. _____ **jaksong jôm đô-ôa-jusêyô.**
_____ 작성 좀 도와주세요.

· Cho tôi xin thêm một tờ _____ ạ. _____ **han jang đo jusêyô.**
_____ 한장 더 주세요.

☑ từ vựng bổ sung

tờ khai nhập cảnh 입국 신고서 ipguk-singôso │ **tờ khai hải quan** 세관 신고서 sêgôan-singôso

09 hàng miễn thuế trên máy bay  gine myonsê-phum
기내 면세품

· Xin cho tôi xem hàng miễn thuế trên máy bay.

gine myonsê-phum bôyo jusêyô.

기내 면세품 보여 주세요.

· Thanh toán bằng thẻ tín dụng được không ạ?

sinyông card đuêyô?

신용 카드 돼요?

· Thanh toán bằng tiền Việt Nam được không ạ?

bê-thư-nam đôn đuêyô?

베트남 돈 돼요?

· Giới hạn miễn thuế là bao nhiêu ạ?

myonsê hanđô olma-êyô?

면세 한도 얼마예요?

· Cho tôi xin hóa đơn ạ.

yongsu-jưng jusêyô.

영수증 주세요.

▲ Cửa hàng miễn thuế tại sân bay quốc tế Incheon

33

Tình huống nguy cấp

01	đau đầu	đu-thông 두통
02	đau bụng	bôk-thông 복통
03	chóng mặt	oji-ropđa 어지럽다
04	lạnh	chup-đa 춥다
05	đau	aphưđa 아프다
06	say (máy bay / xe)	molmi nađa 멀미 나다

Tìm nhanh

· Cho tôi xin thuốc đau đầu ạ. **đu-thông-yak jôm jusêyô.**
두통약 좀 주세요.

· Cho tôi xin thuốc đau
bụng ạ. **bôk-thông-yak jôm jusêyô.**
복통약 좀 주세요.

· Tôi cảm thấy hơi chóng
mặt ạ. **jôgưm ojiro-ưσyô.**
조금 어지러워요.

· Tôi cảm thấy hơi lạnh ạ. **jôgưm chu-ưσyô.**
조금 추워요.

· Người tôi đau quá. **mômi aphayô.**
몸이 아파요.

· Tôi bị say máy bay / xe. **molmi nayô.**
멀미 나요.

▲ Nhà thuốc

PAPAGO

Ứng dụng Papago

Nếu bạn đi du lịch ở Hàn Quốc mà có khó khăn khi giao tiếp bằng tiếng Hàn thì hãy dùng Papago. Papago là một ứng dụng cung cấp dịch vụ thông dịch và biên dịch miễn phí. Dịch vụ của Papago được cung cấp bằng 12 ngôn ngữ

bao gồm tiếng Hàn, tiếng Việt, tiếng Anh, tiếng Trung, tiếng Nhật, v.v.. Papago có chức năng đọc câu viết bằng giọng nói của người bản ngữ, nên nếu bạn không biết giao tiếp bằng tiếng Hàn cũng không cần lo. Hơn nữa, nếu bạn dùng Papago chụp ảnh, các chữ được chụp trên hình ảnh sẽ được tự động biên dịch sang ngôn ngữ đã được chọn. Nên bạn hãy tìm hiểu thêm về Papago trước khi đi du lịch Hàn Quốc nhé.

PART 02

Sân bay

Sân bay

Bạn không cần biết nhiều từ mới.

01	cửa ra	**gate** 게이트
02	lên máy bay	**thapsưng** 탑승
03	hạ cánh muộn	**yonchak** 연착
04	chuyến bay tiếp theo	**đa-ưm biheng phyon** 다음 비행 편
05	chờ	**đegi** 대기
06	nhà hàng	**sikđang / restaurant** 식당 / 레스토랑
07	cửa hàng miễn thuế	**myonsê-jom** 면세점
08	người nước ngoài	**uêgugin** 외국인
09	thông dịch viên	**thôngyok-sa** 통역사
10	vé	**ticket / phyô** 티켓 / 표
11	lý do	**i-yu** 이유

12 **chỗ ở**
sukbak
숙박

13 **(khoảng) thời gian**
gigan
기간

14 **hành lý**
suhamul / jim
수하물 / 짐

15 **quà**
sonmul
선물

16 **lối ra**
chulgu
출구

17 **đổi tiền**
hôanjon
환전

18 **nơi chốn**
sisol
시설

19 **giao thông công cộng**
đejung-gyôthông
대중교통

Hãy tìm nhanh và đọc nhé!

01 cửa ra
gate
게이트

· Tôi không thể tìm thấy cửa ra ạ.

gate-rưl môt chacê-xoyô.
게이트를 못 찾겠어요.

· Cửa ra ở đâu ạ?

gate-ga ơđiêyô?
게이트가 어디예요?

02 lên máy bay
thapsưng
탑승

· Bao giờ tôi có thể lên máy bay ạ?

onjê thapsưng-heyô?
언제 탑승해요?

· Tôi phải chờ đến khi nào ạ?

onjê-caji giđa-ryoya heyô?
언제까지 기다려야 해요?

03 hạ cánh muộn
yonchak
연착

· Máy bay bị hạ cánh muộn ạ?

biheng-gi yonchak-đuê-xoyô?
비행기 연착됐어요?

· Tôi phải chờ bao lâu ạ?

olmana giđa-ryoya heyô?
얼마나 기다려야 해요?

04 chuyến bay tiếp theo đa-ưm biheng phyon
다음 비행 편

· Bao giờ có chuyến bay tiếp theo ạ?
đa-ưm biheng-gi-nưn onjê-êyô?
다음 비행기는 언제예요?

05 chờ
đegi
대기

· Phải chờ khoảng bao lâu ạ?
olmana đegi-heyô?
얼마나 대기해요?

· Tôi phải chờ ở đâu ạ?
ođiso đegi-heyô?
어디서 대기해요?

· Tôi có thể ra ngoài sân bay không ạ?
gônghang bacưrô nagal su ixoyô?
공항 밖으로 나갈 수 있어요?

· Phòng chờ ở đâu ạ?
đegi jangsô-nưn ođiêyô?
대기 장소는 어디예요?

· Có thể dùng internet ở đâu ạ?
internet ođiso hal su ixoyô?
인터넷 어디서 할 수 있어요?

41

06 nhà hàng sikđang / restaurant
식당 / 레스토랑

· _____ ở đâu ạ?   _____ **ođiêyô?**
_____ 어디예요?

☑ từ vựng bổ sung

nhà hàng 식당, 레스토랑 sikđang, restaurant | **nhà hàng Hàn Quốc** 한국 식당
Hanguk sikđang | **quán cà phê** 카페 café

· Có mất nhiều thời gian   **ôre gol-lyoyô?**
không ạ?   오래 걸려요?

07 cửa hàng myonsê-jom
miễn thuế   면세점

· Cửa hàng miễn thuế ở   **myonsê-jom ođiêyô?**
đâu ạ?   면세점 어디예요?

· Quầy bán mỹ phẩm ở   **hôajang-phum phanưn**
đâu ạ?   **gôsưn ođiêyô?**
     화장품 파는 곳은 어디예요?

· Xin gói lại giúp tôi ạ.   **phôjang-he jusêyô.**
     포장해 주세요.

08 người nước   uêgugin
ngoài   외국인

· Người nước ngoài xếp   **uêgugi-nưn yogi soyô?**
hàng ở đây phải không ạ?   외국인은 여기 서요?

· Đây là hàng dành cho người nước ngoài phải không ạ?	**yogiga uêgugin jonyông jurin-gayô?** 여기가 외국인 전용 줄인가요?
· Tôi là người Việt Nam ạ.	**jonưn bê-thư-nam sarami-êyô.** 저는 베트남 사람이에요.

09 thông dịch viên

thôngyok-sa
통역사

· Tôi nghe không hiểu ạ.	**mô đara-đưcê-xoyô.** 못 알아듣겠어요.
· Xin gọi cho tôi thông dịch viên người Việt Nam ạ.	**bê-thư-namin thôngyok-sa-rưl bulo jusêyô.** 베트남인 통역사를 불러 주세요.
· Xin anh / chị nói chậm thôi ạ.	**chonchoni mal-xưm-he jusêyô.** 천천히 말씀해 주세요.
· Xin anh / chị nói lại lần nữa ạ.	**đasi hanbon mal-xưm-hejusêyô.** 다시 한번 말씀해 주세요.

10 vé

ticket / phyô
티켓 / 표

· Đây là vé của tôi ạ.	**yogi jê ticke-siyô.** 여기 제 티켓이요.
· Tôi không mang vé theo ạ.	**jê ticke-sưl an gajyo-ôaxoyô.** 제 티켓을 안 가져왔어요.

11 lý do 🐿️? — **i-yu**
이유

· Tôi đến đây để _____.   _____ **ôaxoyô.**
                                              _____ 왔어요.

☑ từ vựng bổ sung

du lịch 여행 yoheng | **công tác** 출장 chuljang | **nghỉ ngơi** 휴가 hyuga | **tham quan** 관광 gôan-gôang

12 chỗ ở 💤 — **sukbak**
숙박

· Tôi định ở _____ ạ.   _____ **êso mukưl go-êyô.**
                                      _____ 에서 묵을 거예요.

☑ từ vựng bổ sung

khách sạn 호텔 hotel | **nhà người quen** 지인 집 ji-in jip | **nhà bạn** 친구 집 chingu jip

13 (khoảng) thời gian 🖐️ — **gigan**
기간

· Tôi định ở trong _____ ạ.   _____ **đông-an ixưl go-êyô.**
                                       _____ 동안 있을 거예요.

☑ từ vựng bổ sung

1 ngày 하루 haru | **2 ngày** 2일 i-il | **3 ngày** 3일 sa-mil | **4 ngày** 4일 sa-il | **5 ngày** 5일 ô-il | **1 tuần** 일주일 il-ju-il | **1 tháng** 한 달 han đal | **2 tháng** 두 달 đu đal | **3 tháng** 세 달 sê đal

14 hành lý suhamul / jim
수하물 / 짐

· Tôi có thể tìm hành lý ở đâu ạ? **suhamul ođiso chajayô?**
수하물 어디서 찾아요?

· Cái _____ là của tôi ạ. _____ **jê go-êyô.**
_____ 제 거예요.

☑ **từ vựng bổ sung**

túi 가방 gabang │ **xe đẩy hành lý** 카트 cart │ **vé** 티켓 ticket

· Tôi không thể tìm thấy hành lý của tôi ạ. **jê jimưl môt chacê-xoyô.**
제 짐을 못 찾겠어요.

· Hành lý của tôi chưa ra ạ. **jê jimi ajik an na-ôa-xoyô.**
제 짐이 아직 안 나왔어요.

· Hành lý của tôi bị mất rồi ạ. **jê jimi opso-jyo-xoyô.**
제 짐이 없어졌어요.

· Chỗ khai báo hành lý thất lạc ở đâu ạ? **bunsil singônưn ođiso heyô?**
분실 신고는 어디서 해요?

15 quà sonmul
선물

· Tôi dùng để tặng quà ạ. **sonmul-hal go-êyô.**
선물할 거예요.

· Đây là quà tôi nhận được ạ. **sonmul bađưn go-êyô.**
선물 받은 거예요.

· Tôi mua cái này để làm quà ạ. **sonmul-lô san go-êyô.**
선물로 산 거예요.

· Đây là _____ ạ. _____ **iêyô.**
_____ 이에요.

☑ **từ vựng bổ sung**

món ăn Hàn Quốc 한국 음식 Hanguk ưmsik | **rong biển** 김 gim | **tương ớt Hàn Quốc** 고추장 gôchu-jang | **kimchi** 김치 gimchi

16 lối ra chulgu
출구

· Lối ra ở đâu ạ? **chulguga ođiêyô?**
출구가 어디예요?

· Tôi không thể tìm thấy lối ra ạ. **chulgu-rưl môt chacê-xoyô.**
출구를 못 찾겠어요.

17 đổi tiền hôanjon
환전

· Đổi tiền ở đâu ạ? **hôanjon ođiso heyô?**
환전 어디서 해요?

· Đổi tiền Việt Nam được không ạ? **bê-thư-nam đôn hôanjon đuêyô?**
베트남 돈 환전 돼요?

18 nơi chốn ▼▮▲ sisol
시설

· _____ ở đâu ạ? _____ ođi ixoyô?
_____ 어디있어요?

☑ từ vựng bổ sung

bến xe buýt 버스 정류장 bus jongryu-jang | **nhà hàng** 식당 sikđang | **nhà vệ sinh** 화장실 hôajangsil | **cửa hàng miễn thuế** 면세점 myonsê-jom | **lối ra** 출구 chulgu | **quầy đổi tiền** 환전소 hôanjon-sô | **nhà thuốc** 약국 yakguk | **cửa hàng tiện lợi** 편의점 phyonưi-jom | **máy rút tiền** 현금 지급기 hyongưm-jigưpgi (ATM)

19 giao thông công cộng đejung-gyôthông
대중교통

· Tôi có thể đón _____ ở _____ ođiso thayô?
đâu ạ? _____ 어디서타요?

☑ từ vựng bổ sung

xe buýt sân bay 공항버스 gônghang-bus | **xe buýt** 버스 bus | **tắc xi** 택시 taxi | **tàu điện ngầm** 지하철 jihachol

· Sẽ khởi hành lúc mấy giờ ạ? **myot siê chulbal-heyô?**
몇 시에 출발해요?

· _____ bao nhiêu ạ? _____ olma-êyô?
_____ 얼마예요?

☑ từ vựng bổ sung

phí xe buýt 버스비 bus-bi | **phí tắc xi** 택시비 taxi-bi | **phí tàu điện ngầm** 지하철비 jihachol-bi | **phí xe buýt sân bay** 공항버스비 gônghang-bus-bi

Tình huống nguy cấp

01 **wifi**
wifi
와이파이

02 **máy rút tiền**
hyongưm jigưpgi
현금 지급기

03 **sạc pin**
chungjon
충전

04 **điện thoại di động**
handphone
핸드폰

05 **cửa hàng tiện lợi**
phyonưi-jom
편의점

06 **hiệu thuốc / nhà thuốc**
yak-guk
약국

07 **thẻ Sim**
usim chip
유심 칩

48

Tìm nhanh

· Ở đây có wifi không ạ?

yogi wifi-đuêyô?
여기 와이파이 돼요?

· Mật khẩu wifi là gì ạ?

wifi bimil-bonhô-ga mươ-êyô?
와이파이 비밀번호가 뭐예요?

· Máy rút tiền ở đâu ạ?

ATM-gi ơđi ixoyô?
ATM기 어디 있어요?

· Tôi có thể sạc pin điện thoại di động ở đâu ạ?

handphone ơđiso chungjon-hal su ixoyô?
핸드폰 어디서 충전할 수 있어요?

· Tôi làm mất điện thoại rồi ạ.

handpho-nưl iro-boryo-xoyô.
핸드폰을 잃어버렸어요.

· Cửa hàng tiện lợi ở đâu ạ?

pyonưi-jom ơđi ixoyô?
편의점 어디 있어요?

· Hiệu thuốc ở đâu ạ?

yak-guk ơđi ixoyô?
약국 어디 있어요?

· Tôi có thể mua thẻ Sim ở đâu ạ?

usim chip ơđiso sal su ixoyô?
유심 칩 어디서 살 수 있어요?

· Tôi muốn mua thẻ Sim ạ.

usim chip sagô siphoyô.
유심 칩 사고 싶어요.

KOREA TOURISM ORGANIZATION

Dịch vụ phiên dịch

Nếu bạn sử dụng ứng dụng Visit Korea hoặc gọi điện đến 1330 (02-1330) thì có thể dùng dịch vụ phiên dịch

và giới thiệu thông tin du lịch miễn phí. Thời gian được sử dụng dịch vụ 1330 bắt đầu từ 08:00 đến 19:00 trong tuần và bạn có thể chọn tiếng Việt từ 8 ngôn ngữ được cung cấp. Hơn nữa, qua 1330 bạn có thể khai báo sự phiền phức khi

đi du lịch và sẽ được hỗ trợ phiên dịch với trung tâm công cộng như sở cảnh sát (112), trung tâm phòng cháy chữa cháy (119) và trung tâm quản lý bệnh tật (1339).

PART 03

 # Trên đường

Trên đường

Bạn không cần biết nhiều từ mới.

01	đường	**gil / gori** 길 / 거리
02	bên phải	**ôrưn-jjôk** 오른쪽
03	bên trái	**uên-jjôk** 왼쪽
04	đi bộ	**got-đa** 걷다
05	yêu cầu	**yô-chong** 요청
06	ở đâu ạ?	**ođi ixoyô?** 어디 있어요?
07	mất bao lâu ạ?	**olmana gol-lyoyô?** 얼마나 걸려요?
08	cảm ơn	**gômap-sưmniđa** 고맙습니다

Hãy tìm nhanh và đọc nhé!

01 đường gil / gori
길 / 거리

· Anh / Chị có thể chỉ đường này cho tôi được không ạ?
i gil jôm al-lyo-jusil-leyô?
이 길 좀 알려주실래요?

· Đường này ở đâu ạ?
i gorinưn ođiêyô?
이 거리는 어디예요?

· Tên của đường này là gì ạ?
i gori irư-mưn mươ-êyô?
이 거리 이름은 뭐예요?

02 bên phải ôrưn-jjôk
오른쪽

· Rẽ bên phải ạ?
ôrưn-jjô-gưrô gayô?
오른쪽으로 가요?

· Có phải tòa nhà bên phải không ạ?
ôrưn-jjôk gonmul-iêyô?
오른쪽 건물이에요?

03 bên trái uên-jjôk
왼쪽

· Rẽ bên trái ạ?
uên-jjô-gưrô gayô?
왼쪽으로 가요?

53

· Có phải tòa nhà bên trái không ạ?

uên-jjôk gonmul-iêyô?
왼쪽 건물이에요?

04 đi bộ

got-đa
걷다

· Tôi có thể đi bộ từ đây được không ạ?

yogiso gorogal su ixoyô?
여기서 걸어갈 수 있어요?

· Mất bao lâu ạ?

olmana gol-lyoyô?
얼마나 걸려요?

05 yêu cầu

yô-chong
요청

· Hãy rẽ phải ạ.

uhuêjon-he jusêyô.
우회전해 주세요.

· Hãy rẽ trái ạ.

jôahuêjon-he jusêyô.
좌회전해 주세요.

· Hãy đi thẳng ạ.

jikjin-he jusêyô.
직진해 주세요.

· Hãy vòng ngược lại ạ.

u-turn-he jusêyô.
유턴해 주세요.

06 ở đâu ạ?

ođi ixoyô?
어디 있어요?

· _____ ở đâu ạ?

_____ ođi ixoyô?
_____ 어디 있어요?

☑ **từ vựng bổ sung**

ga tàu điện ngầm 지하철역 jihachol-yok | **đồn cảnh sát** 경찰서 gyong-chal-so | **nhà vệ sinh** 화장실 hôajangsil | **bệnh viện** 병원 byong-uơn | **ngân hàng** 은행 ưnheng | **trạm cứu hỏa** 소방서 sôbang-so

07 mất bao lâu ạ? ⊙? olmana gol-lyoyô?
얼마나 걸려요?

· Cách đây bao lâu ạ? **yogiso olmana gol-lyoyô?**
여기서 얼마나 걸려요?

· Đi bộ mất bao lâu ạ? **goroso olmana gol-lyoyô?**
걸어서 얼마나 걸려요?

· Đi xe buýt mất bao lâu ạ? **bus-rô olmana gol-lyoyô?**
버스로 얼마나 걸려요?

· Đi tắc xi mất bao lâu ạ? **taxi-rô olmana gol-lyoyô?**
택시로 얼마나 걸려요?

08 cảm ơn 😊 gômap-sưmniđa
고맙습니다

· Cảm ơn nhiều ạ. **gômap-sưmniđa. / gamsa-hapniđa.**
고맙습니다. / 감사합니다.

· Cảm ơn. **gômauơ-yô.**
고마워요.

Tình huống nguy cấp

01 **bị lạc đường**

giruɪ iltha
길을 잃다

02 **cảnh sát**

gyong-chal
경찰

03 **đồn cảnh sát**

gyong-chal-so
경찰서

04 **trạm cứu hỏa**

sôbang-so
소방서

05 **nhà vệ sinh**

hôajangsil
화장실

06 **ngân hàng**

ưn-heng
은행

Tìm nhanh

· Tôi bị lạc đường rồi ạ.   **giruʾ iroxoyô.**

길을 잃었어요.

· Hãy gọi cảnh sát giúp tôi ạ.   **gyongchal bul-lo jusêyô.**

경찰 불러 주세요.

· Nhà vệ sinh ở đâu ạ?   **hôajangsil ođi ixoyô?**

화장실 어디 있어요?

· Bệnh viện ở đâu ạ?   **byonguoni ođiêyô?**

병원이 어디예요?

· _____ ở đâu ạ?   **_____ ođi ixoyô?**

_____어디 있어요?

· Tôi không tìm được _____ ạ.   **_____ môt chacê-xoyô.**

_____못 찾겠어요.

☑ **từ vựng bổ sung**

đồn cảnh sát 경찰서 gyong-chal-so | **trạm cứu hỏa** 소방서 sô-bang-so | **nhà vệ sinh** 화장실 hôajangsil | **ngân hàng** 은행 ưn-heng

· Xin giúp tôi với ạ.   **đô-ôa-jusêyô.**

도와주세요.

Cửa hàng tiện lợi

Cửa hàng 24/7

Bạn có thể tìm thấy cửa hàng tiện lợi ở khắp mọi nơi tại Hàn Quốc. Tại đây không chỉ bán các sản phẩm thiết yếu mà còn có cả thực phẩm đông lạnh, cơm hộp, rượu, thuốc lá, v.v.. Hầu hết các cửa hàng tiện lợi mở cửa 24/7 nên bất cứ khi nào  bạn cũng có thể tới mua hàng. Đặc biệt là khi bạn bị ốm mà các nhà thuốc đã đóng cửa, bạn có thể tới cửa hàng tiện lợi để mua một số loại thuốc đơn giản như thuốc giảm đau, thuốc hạ sốt, thuốc tiêu hóa, thuốc cảm lạnh, v.v..Hơn nữa cửa hàng tiện lợi ở Hàn Quốc còn cung cấp dịch vụ chuyển phát và nạp tiền vào thẻ giao thông. Đồng thời, bạn cũng có thể dùng thẻ giao thông để thanh toán và rút tiền tại các cửa hàng tiện lợi ở Hàn Quốc (có mất phí). Hãy nhớ dùng hết tiền trong thẻ giao thông của bạn trước khi xuất cảnh nhé!

PART 04

Trên taxi và tàu

Trên taxi và tàu

Bạn không cần biết nhiều từ mới.

01	đi tắc xi	**taxi-rưl thađa** 택시를 타다
02	tắc xi	**taxi** 택시
03	bao nhiêu tiền ạ?	**olma-êyô?** 얼마예요?
04	mất bao lâu ạ?	**olmana gol-lyoyô?** 얼마나 걸려요?
05	cước phí	**yôgưm** 요금
06	bật	**khyođa** 켜다
07	cốp xe	**trunk** 트렁크
08	dừng xe	**sêuđa** 세우다
09	thanh toán	**gyêsan** 계산
10	hóa đơn	**yongsu-jưng / gyêsanso** 영수증 / 계산서
11	chờ	**giđariđa** 기다리다

12 **tôi đang ở** _____

_____ **ê ixoyô**
_____에 있어요

13 **điểm đến**

môkjok-ji
목적지

14 **ga tàu**

gicha-yok
기차역

15 **phòng bán vé**

mephyô-sô
매표소

16 **đặt trước**

yême
예매

17 **giá vé**

phyô gagyok
표 가격

18 **vé**

ticket / **phyô**
티켓 / 표

19 **trợ giúp**

đô-um
도움

Hãy tìm nhanh và đọc nhé!

01 đi tắc xi

taxi-rưl thađa
택시를 타다

· Chỗ đón _____ ở đâu ạ?   _____ **ođiso thal su ixoyô?**
_____ 어디서 탈 수 있어요?

☑ từ vựng bổ sung

tắc xi 택시 taxi | **xe buýt** 버스 bus | **tàu điện ngầm** 지하철 jihachol

02 tắc xi

taxi
택시

· Anh / Chị hãy gọi giúp tôi tắc xi ạ.   **taxi bulo jusêyô.**
택시 불러 주세요.

· Cho tôi đến địa chỉ này ạ.   **i jusôrô ga jusêyô.**
이 주소로 가 주세요.

· Hãy đi đến _____ ạ.   _____ **ga jusêyô.**
_____ 가 주세요.

☑ từ vựng bổ sung

ga ○○ ○○역 ○○yok | **khách sạn** 호텔 hotel | **sân bay** 공항 gông-hang

03 bao nhiêu tiền ạ? olma-êyô?
얼마예요?

· Đến _____ bao nhiêu tiền ạ?

_____ caji olma-êyô?
_____ 까지 얼마예요?

· Từ đây đến _____ có xa không ạ?

yogiso _____ caji moroyô?
여기서 _____ 까지 멀어요?

☑ từ vựng bổ sung

sân bay 공항 gông-hang | **khách sạn** 호텔 hotel | **ga** ○○역 ○○ yok |
làng Hanok Bukchon 북촌 한옥마을 bukchôn hanôk-mauɭ | **công viên** 공원
gông-uơn

04 mất bao lâu ạ? olmana gol-lyoyô?
얼마나 걸려요?

· Đến đó mất bao lâu ạ?

olmana gol-lyoyô?
얼마나 걸려요?

· Đến đó mất nhiều thời gian không ạ?

ôre gol-lyoyô?
오래 걸려요?

· Mất _____ không ạ?

_____ gol-lyoyô?
_____ 걸려요?

☑ từ vựng bổ sung

10 phút 십 분 sip bun | **30 phút** 삼십 분 samsip bun | **1 tiếng** 한 시간 han
sigan | **2 tiếng** 두 시간 đu sigan | **3 tiếng** 세 시간 sê sigan

05 cước phí **yôgưm**
요금

· _____ bao nhiêu ạ?   _____ **olma-êyô?**

_____ 얼마예요?

☑ **từ vựng bổ sung**

phí xe buýt 버스 요금 bus yôgưm ┃ **phí tàu điện ngầm** 지하철 요금 jihachol-yôgưm ┃ **phí tắc xi** 택시 요금 taxi yôgưm ┃ **phí cơ bản** 기본요금 gibôn-yôgưm

06 bật **khyođa**
켜다

· Anh / Chị hãy bật _____   _____ **khyo jusêyô.**
cho tôi ạ.

_____ 켜 주세요.

☑ **từ vựng bổ sung**

điều hòa 에어컨 aircon ┃ **sưởi** 히터 heater ┃ **đồng hồ tính cước** 미터기 meter-gi

07 cốp xe **trunk**
트렁크

· Anh / Chị mở giúp tôi cốp   **trunk yoro jusêyô.**
xe với ạ.

트렁크 열어 주세요.

· Cốp xe không mở được ạ.   **trunk an-yol-lyoyô.**

트렁크 안 열려요.

08 dừng xe **sêuđa**
세우다

· Anh / Chị hãy dừng xe ở đây giúp tôi ạ.
yogi sêuơ jusêyô.
여기 세워 주세요.

· Anh / Chị dừng xe ở đây giúp tôi một lát nhé.
jamcan sêuơ jusêyô.
잠깐 세워 주세요.

· Xin hãy dừng xe ở lối vào giúp tôi ạ.
ipgu-ê sêuơ jusêyô.
입구에 세워 주세요.

· Xin hãy dừng xe ở lối ra giúp tôi ạ.
chulgu-ê sêuơ jusêyô.
출구에 세워 주세요.

09 thanh toán **gyêsan**
계산

· Thanh toán bằng thẻ được không ạ?
card đuêyô?
카드 돼요?

· Thanh toán bằng đô la được không ạ?
dollar đuêyô?
달러 돼요?

· Tôi không có tiền lẻ ạ.
janđôn opxoyô.
잔돈 없어요.

10 hóa đơn

yongsu-jưng / gyêsanso
영수증 / 계산서

· Cho tôi xin hóa đơn ạ.

yongsu-jưng jusêyô.
영수증 주세요.

· Anh / Chị chưa đưa hóa
đơn cho tôi ạ.

yongsu-jưng an jươxoyô.
영수증 안 줬어요.

11 chờ

giđariđa
기다리다

· Tôi phải chờ bao lâu ạ?

olmana giđa-ryoya heyô?
얼마나 기다려야 해요?

· Xin chờ tôi một chút ạ.

jamcanman giđaryo jusêyô.
잠깐만 기다려 주세요.

· Anh / Chị có thể chờ tôi ở
đây được không ạ?

**yogiso jôgưm-man giđa-ril
su ixoyô?**
여기서 조금만 기다릴 수 있어요?

12 tôi đang ở
_____

_____ ê ixoyô
_____ 에 있어요

· Tôi đang ở _____.

_____ ê ixoyô.
_____ 에 있어요.

từ vựng bổ sung

sân bay 공항 gông-hang ǀ **khách sạn** 호텔 hotel ǀ **ga** ○○ ○○역 ○○yok ǀ
tiệm cà phê 카페 cafe ǀ **đối diện** 맞은편 majưn-phyon ǀ **trước** 앞 ap ǀ **sau** 뒤
đui

13 điểm đến

môkjok-ji
목적지

· Điểm đến vẫn còn xa phải
  không ạ?

môkjok-ji-caji ajik morot-nayô?
목적지까지 아직 멀었나요?

14 ga tàu

gicha-yok
기차역

· _____ ở đâu ạ?

_____ **ođiêyô?**
_____ 어디예요?

· _____ đi như thế nào ạ?

_____ **otokhê gayô?**
_____ 어떻게 가요?

· _____ có xa đây không
  ạ?

_____ **yogiso moroyô?**
_____ 여기서 멀어요?

· Hãy đưa tôi đến _____.

_____ **ưrô đêryođa-jusêyô.**
_____ 으로 데려다 주세요.

từ vựng bổ sung

ga tàu hỏa 기차역 gicha yok ǀ **ga tàu điện ngầm** 지하철역 jihachol-yok

15 phòng bán vé

mephyô-sô
매표소

· Phòng bán vé ở đâu ạ?

mephyô-sô-nưn ođiêyô?
매표소는 어디예요?

16 đặt vé

yême
예매

· Tôi đã đặt vé trên mạng rồi ạ.

internet-ưrô yême-hexoyô.
인터넷으로 예매했어요.

· Tôi vẫn chưa đặt vé ạ.

yême ajik an hexoyô.
예매 아직 안 했어요.

· Tôi phải đặt vé ở đâu ạ?

ođiso yême-heyô?
어디서 예매해요?

17 giá vé

phyô gagyok
표 가격

· Giá vé bao nhiêu ạ?

phyô gagyo-gưn olma-êyô?
표 가격은 얼마예요?

· Thanh toán bằng thẻ tín dụng được không ạ?

sinyông card đuêyô?
신용 카드 돼요?

· Tôi không có tiền mặt ạ.

hyongư-mi opxoyô.
현금이 없어요.

18 vé

ticket / phyô

티켓 / 표

· Xin cho tôi vé một chiều đến _____ ạ.

_____ caji phyonđô ticket han jang jusêyô.

_____까지 편도 티켓 한 장 주세요.

· Xin cho tôi vé hai chiều đến _____ ạ.

_____ caji ôang-bôk ticket han jang jusêyô.

_____까지 왕복 티켓 한 장 주세요.

· Cho tôi xin _____ vé ạ.

ticket _____ jang jusêyô.

티켓 _____장 주세요.

☑ từ vựng bổ sung

1 한 han | 2 두 đu | 3 세 sê | 4 네 nê | 5 다섯 đasot | 6 여섯 yosot | 7 일곱 ilgôp | 8 여덟 yo-đol

19 trợ giúp

đô-um

도움

· Xin giúp tôi với ạ.

đô-ôa-jusêyô.

도와주세요.

· Tôi bị lỡ tàu ạ.

gicha-ruỉ nôchyo-xoyô.

기차를 놓쳤어요.

· Xin liên lạc đến đại sự quán Việt Nam tại Hàn Quốc cho tôi ạ.

ju-han bê-thư-nam đesagôanê yonlak-he jusêyô.

주한 베트남 대사관에 연락해 주세요.

Tình huống nguy cấp

01	bị mất	**bunsil-hađa** 분실하다
02	mua nhầm	**jalmôt sađa** 잘못 사다
03	bị mất	**bunsil** 분실
04	vé	**phyô** 표
05	đi nhầm	**jalmôt thađa** 잘못 타다

Tìm nhanh

· Tôi bị mất vé ạ.

phyô-rưl bunsil-hexoyô.
표를 분실했어요.

· Tôi bị mất túi xách ạ.

gabang-ưl bunsil-hexoyô.
가방을 분실했어요.

· Tôi đã mua nhầm vé ạ.

phyô-rưl jalmôt saxoyô.
표를 잘못 샀어요.

· Tôi đã đi nhầm tàu ạ.

gicha-rưl jalmôt thaxoyô.
기차를 잘못 탔어요.

· Tôi đã đi nhầm xe buýt ạ.

bus-rưl jalmôt thaxoyô.
버스를 잘못 탔어요.

▲ KTX (Korea Train Express) tàu tốc hành Hàn Quốc

Xe đạp công cộng

Cách thuê xe (tarưng-i)

Nếu bạn đi du lịch Seoul thì dịch vụ xe đạp công cộng Seoul Bike (tarưng-i) sẽ mang lại một trải nghiệm mới cho bạn. Đây là dịch vụ thuê xe tự vận hành có thể được sử dụng thuận tiện bởi bất cứ ai. Hiện nay tại Seoul, có hơn 150 trạm cho thuê xe tập trung ở năm khu vực của thành phố (Yoeuido, Gangnam, Sinchon, Seongsu và phố trung tâm Seoul) với khoảng một triệu thành viên đăng ký. Xe đạp Seoul Bike là một hình thức trải nghiệm du lịch tuyệt vời, thân thiện với môi trường, dễ sử dụng và chi phí thấp. Bạn có thể truy cập trang web 'Seoul Bike' để tìm hiểu thêm thông tin.

PART 05

Bệnh viện

Bệnh viện

Bạn không cần biết nhiều từ mới.

01	triệu chứng	**jưngsang** 증상
02	yêu cầu	**yôchong** 요청
03	chẩn đoán	**jinđan** 진단
04	(khoảng) thời gian	**gigan** 기간
05	giải thích	**sol-myong** 설명
06	điều trị	**chiryô** 치료
07	hiệu thuốc / nhà thuốc	**yakguk** 약국
08	bảo hiểm	**bôhom** 보험
09	chi phí	**biyông / yôgưm** 비용 / 요금
10	hóa đơn	**yongsu-jưng / gyêsanso** 영수증 / 계산서
11	nhập viện / xuất viện	**ibuơn / thuê-uơn** 입원 / 퇴원

Hãy tìm nhanh và đọc nhé!

01 triệu chứng ✚ jưngsang
증상

· Đã xảy ra tai nạn giao thông rồi ạ.	**gyôthông-sagô naxoyô.** 교통사고 났어요.
· Bị _____ ạ.	_____ **ixoyô.** _____ 있어요.

☑ từ vựng bổ sung

nhức đầu 두통 đu-thông | **đau răng** 치통 chi-thông | **đau bụng** 복통 bôk-thông | **đau bụng kinh** 생리통 sengri-thông | **bệnh về da** 피부병 phibu-byong | **ho** 기침 gi-chim | **sốt cao** 고열 gô-yol | **dị ứng** 알레르기 allergi | **ngộ độc thực phẩm** 식중독 sik-jungđôk

· Họng bị sưng ạ.	**môgi bu-o-xoyô.** 목이 부었어요.
· Chân bị sưng ạ.	**đari-ga bu-o-xoyô.** 다리가 부었어요.

02 yêu cầu yôchong
요청

· Anh/Chị có thể đưa tôi đến bệnh viện được không ạ?	**byong-ươnê đêryođa-jusil su ixoyô?** 병원에 데려다주실 수 있어요?

· Xin gọi 119 giúp tôi ạ.　　**il-il-gu bul-lo jusêyô.**
　　　　　　　　　　　　119 불러 주세요.

· Xin gọi xe cấp cứu giúp tôi　**ưnggưp-cha bul-lo jusêyô.**
ạ.　　　　　　　　　　　응급차 불러 주세요.

· Ở gần đây có _____　　**gưncho-ê _____ ixoyô?**
không ạ?　　　　　　　　근처에 _____ 있어요?

· Anh / Chị có thể đưa tôi　_____ **ê đêryođa-jusil su**
đến _____ được không?　**ixoyô?**
　　　　　　　　　　　　_____ 에 데려다·주실 수 있어요?

☑ từ vựng bổ sung

khoa chấn thương chỉnh hình 정형외과 jonghyong-uê gôa | khoa ngoại
thần kinh 신경외과 singyong-uê gôa | khoa nhi 소아과 sô-a gôa | khoa nội
내과 ne-gôa | phòng cấp cứu 응급실 ưnggưp-sil | hiệu thuốc 약국 yakguk

03 chẩn đoán 📋　**jinđan**
　　　　　　　　　　진단

· Tôi bị đau _____.　　　_____ **aphayô.**
　　　　　　　　　　　　_____ 아파요.

☑ từ vựng bổ sung

eo 허리 hori | lưng 등 đưng | bụng 배 be | đầu 머리 mori | răng 이 i | tay 팔
phal | chân 다리 đari | tai 귀 gui | một chút xíu 아주 조금 aju jôgưm | một
chút 조금 jôgưm | nhiều 많이 man-i | rất nhiều 정말 많이 jongmal mani

04 (khoảng) thời gian

gigan
기간

· Tôi đã đến Hàn Quốc vào _____ rồi ạ.

Hanguk-ê_____ôaxoyô.
한국에 _____ 왔어요.

☑ từ vựng bổ sung

hôm nay 오늘 ô-nưl | **hôm qua** 어제 ojê | **hôm kia** 그저께 gư-jocê | **tuần trước** 저번 주에 jobon ju-ê | **tháng trước** 저번 달에 jobon đal-ê

· Tôi sẽ ở Hàn Quốc trong vòng _____ ạ.

Hanguk-ê _____đông-an ixoyô.
한국에 _____ 동안 있어요.

· Tôi đã bị đau trong vòng _____ rồi ạ.

_____ đông-an apha-xoyô.
_____ 동안 아팠어요.

☑ từ vựng bổ sung

1 ngày 하루 haru | **2 ngày** 이틀 i-thưl | **3 ngày** 삼 일 sa mil | **1 tuần** 일주일 il-ju-il | **1 tháng** 한 달 han đal

05 giải thích

sol-myong
설명

· Đã xảy ra tai nạn giao thông rồi ạ.

gyôthông-sagô naxoyô.
교통사고 났어요.

· Tôi đã ăn / uống _____ ạ.

_____ mogo-xoyô.
_____ 먹었어요.

Bệnh viện

77

☑ từ vựng bổ sung

sữa 우유 u-yu | **thịt** 고기 gôgi | **thức ăn lạnh** 차가운 음식 chagaun ưmsik |
rượu 술 sul | **thức ăn làm từ bột mì** 밀가루 음식 mil-garu ưmsik

06 điều trị 🏥   chi-ryô
치료

· Tôi muốn uống thuốc ạ.   **yak mokgô siphoyô.**
약 먹고 싶어요.

· Tôi ghét uống thuốc ạ.   **yak mokgi siroyô.**
약 먹기 싫어요.

· Tôi muốn được _____ ạ.   _____ **matgô siphoyô.**
_____ 맞고 싶어요.

· Tôi ghét bị _____ ạ.   _____ **matgi siroyô.**
_____ 맞기 싫어요.

☑ từ vựng bổ sung

truyền dịch 링거 ringer | **tiêm** 주사 jusa

· Tôi muốn được _____ ạ.   _____ **hagô siphoyô.**
_____ 하고 싶어요.

· Tôi ghét bị _____ ạ.   _____ **hagi siroyô.**
_____ 하기 싫어요.

☑ từ vựng bổ sung

nhập viện 입원 ibuơn | **phẫu thuật** 수술 su-sul | **xuất viện** 퇴원 thuê-uơn

07 hiệu thuốc / nhà thuốc **yakguk**
약국

· Có thuốc _____ không ạ?   _____ **yak ixoyô?**
_____ 약 있어요?

· Xin cho tôi thuốc _____ ạ.   _____ **yak jôm jusêyô.**
_____ 약 좀 주세요.

☑ từ vựng bổ sung

đau đầu 두통 đu-thông | **đau răng** 치통 chi-thông | **đau bụng** 복통 bôk-thông | **đau bụng kinh** 생리통 sengri-thông | **bệnh về da** 피부병 phibu-byong | **ho** 기침 gichim

· Đây là đơn thuốc ạ.   **yogi chobang-joni-êyô.**
여기 처방전이에요.

· Tôi không có đơn thuốc ạ.   **chobang-jon opxoyô.**
처방전 없어요.

· Xin cho tôi loại thuốc có thể mua mà không cần đơn thuốc ạ.   **chobang-jon opsi sal su it-nưn yak jusêyô.**
처방전 없이 살 수 있는 약 주세요.

08 bảo hiểm **bôhom**
보험

· Tôi có bảo hiểm y tế ạ.   **ưi-ryô bôhom ixoyô.**
의료보험 있어요.

· Tôi không có bảo hiểm y tế ạ.   **ưi-ryô bôhom opxoyô.**
의료보험 없어요.

09 chi phí biyông / yôgưm
비용 / 요금

· Bao nhiêu tiền ạ?
olma-êyô.
얼마예요?

· Đắt quá ạ.
nomu bixayô.
너무 비싸요.

· Thanh toán bằng thẻ tín dụng được không ạ?
sinyông card đuêyô?
신용 카드 돼요?

· Tôi không còn thẻ nào khác ạ.
đarưn card opxoyô.
다른 카드 없어요.

· Tôi sẽ thanh toán bằng tiền mặt ạ.
hyongư-mưrô halgêyô.
현금으로 할게요.

· Tôi sẽ thanh toán bằng thẻ ạ.
card-rô halgêyô.
카드로 할게요.

10 hóa đơn yongsu-jưng / gyêsanso
영수증 / 계산서

· Cho tôi xin hóa đơn ạ.
yongsu-jưng jusêyô.
영수증 주세요.

· Anh / Chị chưa đưa hóa đơn cho tôi ạ.
yongsu-jưng an jusyo-xoyô.
영수증 안 주셨어요.

11 nhập viện / xuất viện ibươn / thuê-ươn
입원 / 퇴원

· Tôi đã nhập viện vì đau
  _____ ạ.

_____ **aphaso ibươn-hexoyô.**
_____ 아파서 입원했어요.

☑ **từ vựng bổ sung**

eo 허리 hori | **lưng** 등 đưng | **bụng** 배 be | **đầu** 머리 mori | **răng** 이 i | **tay** 팔
phal | **chân** 다리 đari | **tai** 귀 gui

· Tôi không thể nhập viện
  được ạ.

ibươn-hal su opxoyô.
입원할 수 없어요.

· Bao giờ tôi có thể xuất viện
  ạ?

onjê thuê-ươn-hal su ixoyô?
언제 퇴원할 수 있어요?

· Tôi phải xuất viện ạ.

thuê-ươn-heya đuêyô.
퇴원해야 돼요.

▲ Bệnh viện

Tình huống nguy cấp

01	bệnh viện	**byong-ươn** 병원
02	số gọi cứu thương, cứu hỏa	**il-il-gu** 119
03	tai nạn giao thông	**gyôthông-sagô** 교통사고
04	đau đầu	**đu-thông** 두통
05	đau bụng	**bôk-thông** 복통
06	chóng mặt	**ojiropđa** 어지럽다
07	đau	**aphưđa** 아프다

Tìm nhanh

· Đã xảy ra tai nạn giao thông rồi ạ.

gyôthông-sagô naxoyô.
교통사고 났어요.

· Tôi bị đau đầu ạ.

mo-ri aphayô.
머리 아파요.

· Tôi bị đau bụng ạ.

be aphayô.
배 아파요.

· Xin cho tôi thuốc đau đầu ạ.

đu-thông-yak jusêyô.
두통약 주세요.

· Xin cho tôi thuốc đau bụng ạ.

bôk-thông-yak jusêyô.
복통약 주세요.

· Xin gọi 119 giúp tôi ạ.

il-il-gu bul-lo jusêyô.
119 불러 주세요.

· Xin hãy đưa tôi đến bệnh viện ạ.

byong-ươnê đêryođa-jusêyô.
병원에 데려다주세요.

Khi bị ốm

Nếu bạn bị ốm khi đi du lịch tại Hàn Quốc

Nếu bạn bị ốm khi đi du lịch tại Hàn Quốc, hãy thực hiện các bước sau để khỏi ốm thật nhanh và có một chuyến đi thú vị nhé. Thuốc dự phòng cơ bản (như thuốc cảm cúm, giảm đau, v.v) thì bạn có thể mua được ở các hiệu thuốc (약국 yak-guk). Nếu bạn không đi cùng ai đó có thể nói được tiếng Hàn, thì chúng tôi khuyên bạn nên sử dụng ứng dụng dịch ở Papago hoặc Google. Bình thường, các hiệu thuốc bán thuốc dùng trong ba đến sáu ngày và có giá từ 5.000 đến 10.000 won. Nếu trong trường hợp phải đi bệnh viện thì bạn có thể tìm thông dịch viên tiếng Anh tại bệnh viện của các trường đại học, các bệnh viện quốc tế hoặc dùng tiếng Việt gọi tới số 119 (xe cứu thương) hay 1330 (Dịch vụ phiên dịch của tổ chức du lịch Hàn Quốc) trong trường hợp khẩn cấp.

PART 06

Khách sạn

Khách sạn

Bạn không cần biết nhiều từ mới.

01	sảnh	**lobby** 로비
02	đặt phòng	**yê-yak** 예약
03	nhận phòng	**checkin** 체크인
04	bao nhiêu	**olma** 얼마
05	bữa sáng	**jôsik** 조식
06	chìa khóa phòng	**bang-key** 방 키
07	thang máy	**elevator** 엘리베이터
08	tầng mấy	**myot-chưng** 몇 층
09	hành lý	**jim / suhamul** 짐 / 수하물
10	tầm nhìn	**jonmang** 전망
11	giường	**chimđe** 침대

12	phòng	bang 방
13	đồ dùng khách sạn	hotel-yôngphum 호텔용품
14	máy sấy tóc	dry-gi 드라이기
15	nước	mul 물
16	internet	internet 인터넷
17	tivi	television 텔레비전
18	dọn dẹp	chong-sô 청소
19	gọi báo thức	morning-call 모닝콜
20	dịch vụ phòng	room-service 룸서비스
21	két sắt cá nhân	gein gưmgô 개인 금고
22	giặt là	sê-thak 세탁

Khách sạn

Khách sạn

Bạn không cần biết nhiều từ mới.

23	đá	**orưm** 얼음
24	trả phòng	**check-out** 체크아웃
25	hóa đơn	**yongsu-jưng / gyêsanso** 영수증 / 계산서
26	thêm	**chuga** 추가
27	quầy bar mini	**minibar** 미니바
28	chi phí	**yôgưm / biyông** 요금 / 비용
29	thẻ tín dụng	**sinyông card** 신용 카드

Hãy tìm nhanh và đọc nhé!

01 sảnh **lobby**
로비

- · Sảnh ở đâu ạ? **lobby ođiêyô?**
로비 어디예요?

- · Tôi không thể tìm thấy sảnh khách sạn ạ. **lobby môt chacexoyô.**
로비 못 찾겠어요.

02 đặt phòng **yêyak**
예약

- · Tôi đã đặt phòng rồi ạ. **yêyak hexoyô.**
예약했어요.

- · Tôi chưa đặt phòng ạ. **yêyag an hexoyô.**
예약 안 했어요.

- · Tôi đã đặt phòng với tên tôi ạ. **jê irưmưrô yêyak- hexoyô.**
제 이름으로 예약했어요.

03 nhận phòng **check-in**
체크인

- · Tôi sẽ nhận phòng ạ. **check-in-halgêyô.**
체크인할게요.

· Tiến hành nhận phòng ở đâu ạ? **check-in ođiso heyô?**
체크인 어디서 해요?

· Nhận phòng từ mấy giờ ạ? **check-in myot sibutho heyô?**
체크인 몇 시부터 해요?

· Tôi gửi hành lý được không ạ? **jim matgyođô đuêyô?**
짐 맡겨도 돼요?

04 bao nhiêu ? **olma**
얼마

· _____ bao nhiêu ạ? _____ ê olma-êyô?
_____ 에 얼마예요?

☑ từ vựng bổ sung

1 đêm 1박 il-bak | **2 đêm** 2박 i-bak | **3 đêm** 3박 sam-bak | **4 đêm** 4박 sa-bak

· Có thể giảm giá cho tôi được không ạ? **harin-đuêyô?**
할인돼요?

05 bữa sáng **jôsik**
조식

· Bữa sáng bắt đầu từ lúc mấy giờ ạ? **jôsik myot si-butho-êyô?**
조식 몇 시부터예요?

· Bữa sáng phục vụ đến mấy giờ ạ? **jôsik myot si-caji heyô?**
조식 몇 시까지 해요?

· Bữa sáng ăn ở đâu ạ? **jôsik ođiso mogoyô?**
조식 어디서 먹어요?

· Bữa sáng có những món gì ạ? **jôsik mươ naôayô?**
조식 뭐 나와요?

· Nếu bao gồm bữa sáng thì bao nhiêu ạ? **jôsik phôham-hamyơn olma-êyô?**
조식 포함하면 얼마예요?

06 chìa khóa phòng bang key
방 키

· Cho tôi xin thêm một cái chìa khóa phòng ạ. **bang key hana đo jusêyô.**
방 키 하나 더 주세요.

· Tôi bị mất chìa khóa phòng rồi ạ. **bang key-ga opso-jyoxoyô.**
방 키가 없어졌어요.

· Tôi đã để quên chìa khóa trong phòng rồi ạ. **bang-ê key-rưl đugô ôaxoyô.**
방에 키를 두고 왔어요.

· Chìa khóa phòng này không được ạ. **i bang key-ga an đuêyô.**
이 방 키가 안 돼요.

07 thang máy elevator
엘리베이터

· Thang máy ở đâu ạ? **elevator ođi ixoyô?**
엘리베이터 어디 있어요?

· Thang máy không hoạt động ạ. **elevator-ga an đuêyô.**
엘리베이터가 안 돼요.

08 tầng mấy **myot chưng**
몇 층

· _____ ở tầng mấy ạ?   _____ **myot chưng-iêyô?**

_____ 몇 층이에요?

☑ **từ vựng bổ sung**

phòng tôi 제 방 jê bang | **bể bơi** 수영장 suyong-jang | **phòng gym** 헬스장
health-jang | **spa** 스파 숍 spa-shop | **nhà hàng** 식당 sikđang

09 hành lý **jim / suhamul**
짐 / 수하물

· Tôi gửi hành lý được không
ạ?

jim matgyođô đuêyô?

짐 맡겨도 돼요?

· Anh / Chị có thể xách hành
lý lên phòng giúp tôi được
không ạ?

jim ôlyơ jusil su ixoyô?

짐 올려 주실 수 있어요?

· Cái này không phải là hành
lý của tôi ạ.

igo jê jim aniêyô.

이거 제 짐 아니에요.

· Hành lý của tôi bị mất rồi ạ.

jê jimi opso-jyoxoyô.

제 짐이 없어졌어요.

· Xin hãy tìm hành lý giúp
tôi ạ.

jê jim chaja jusêyô.

제 짐 찾아 주세요.

10 tầm nhìn jonmang
전망

· Xin cho tôi phòng có tầm
  nhìn hướng ra biển ạ.

**bađa jonmang bang-ưrô
jusêyô.**
바다 전망 방으로 주세요.

· Xin cho tôi phòng có tầm
  nhìn hướng ra thành phố ạ.

**đôsim jonmang bang-ưrô
juseyô.**
도심 전망 방으로 주세요.

· Xin cho tôi phòng có tầm
  nhìn đẹp ạ.

**jonmang jôưn bang-ưrô
jusêyô.**
전망 좋은 방으로 주세요.

· Phòng này có tầm nhìn
  không đẹp lắm ạ.

jonmang-i byol-lô-êyô.
전망이 별로예요.

11 giường chimđe
침대

· Xin cho tôi _____ ạ.

_____ chimđerô-jusêyô.
_____ 침대로 주세요.

· Phòng có _____ là bao
  nhiêu ạ?

**_____ chimđe-bang-ưn
olma-êyô?**
_____ 침대방은 얼마예요?

☑ từ vựng bổ sung

giường đơn 싱글 single | **giường đôi** 더블 double | **giường king size**
(**giường cỡ lớn**) 킹사이즈 king-size

Khách sạn

12 phòng

bang
방

· Phòng tôi ở đâu ạ?

jê bang ođiêyô?
제 방 어디예요?

· Phòng này _____ ạ.

bang-i _____.
방이 _____.

☑ từ vựng bổ sung

> **tối quá** 너무 어두워요 nomu ođu-uơyô | **sáng quá** 너무 밝아요 nomu balgayô
> | **nóng quá** 너무 더워요 nomu đo-uơyô | **lạnh quá** 너무 추워요 nomu chu-
> uơyô

13 đồ dùng khách sạn

hotel-yôngphum
호텔용품

· Cho tôi _____ ạ.

_____ juseyô.
_____ 주세요.

· Không có _____ ạ.

_____ opxoyô.
_____ 없어요.

· Cho tôi xin thêm một cái
_____ ạ.

_____ hana đo juseyô.
_____ 하나 더 주세요.

☑ từ vựng bổ sung

> **khăn** 수건 sugon | **bàn chải đánh răng** 칫솔 chitsôl | **kem đánh răng** 치약
> chiyak | **dầu gội đầu** 샴푸 shampoo | **máy sấy tóc** 드라이기 dry-gi | **gối** 베개
> begê | **giấy vệ sinh** 휴지 hyuji

14 máy sấy tóc dry-gi
드라이기

· Máy sấy tóc này không
được tốt lắm ạ.

dry-giga jal an đuêyô.
드라이기가 잘 안 돼요.

· Máy sấy tóc này bị hỏng
rồi ạ.

dry-giga gôjang naxoyô.
드라이기가 고장 났어요.

15 nước mul
물

· Nước không chảy ra ạ.

muri an na-ôayô.
물이 안 나와요.

· Chỉ có nước nóng chảy ra
thôi ạ.

tưgoun mulman na-ôayô.
뜨거운 물만 나와요.

· Chỉ có nước lạnh chảy ra
thôi ạ.

chagaun mulman na-ôayô.
차가운 물만 나와요.

16 internet 📶 internet
인터넷

· Không sử dụng được
_____ ạ.

_____ an đuêyô.
_____ 안 돼요.

· Sử dụng được _____ ở   _____ **ođiso hal su ixoyô?**
  đâu ạ?   _____ 어디서 할 수 있어요?

☑ **từ vựng bổ sung**

internet 인터넷 internet | **wifi** 와이파이 wifi

17 tivi

television
텔레비전

· Tivi không lên hình ạ.   **televisio-ni an na-ôayô.**
                             텔레비전이 안 나와요.

· Điều khiển không hoạt   **remoco-ni an đuêyô.**
  động ạ.   리모컨이 안 돼요.

18 dọn dẹp

chongsô
청소

· Anh / Chị hãy dọn dẹp   **bang chongsô-he juseyô.**
  phòng giúp tôi ạ.   방 청소해 주세요.

· Phòng chưa được dọn dẹp ạ. **bang chongsô-ga an**
                              đuêxoyô.
                              방 청소가 안 됐어요.

· Anh / Chị đừng dọn dẹp   **jê bang chongsô-haji**
  phòng tôi nhé.   **masêyô.**
                              제 방 청소하지 마세요.

19 gọi báo thức

morning-call
모닝콜

· Xin hãy gọi báo thức cho tôi ạ.	**morning-call he jusêyô.** 모닝콜 해 주세요.
· Xin hãy hủy gọi báo thức cho tôi ạ.	**morning-call chui-sô-he jusêyô.** 모닝콜 취소해 주세요.
· Xin hãy gọi báo thức cho tôi lúc _____ giờ ạ.	**_____ siê morning-call he jusêyô.** _____ 시에 모닝콜 해 주세요.

☑ **từ vựng bổ sung**

6 여섯 yo-sot | **7** 일곱 il-gôp | **8** 여덟 yo-đol | **9** 아홉 a-hôp

20 dịch vụ phòng

room-service
룸서비스

· Cho tôi đặt dịch vụ phòng ạ.	**room-service sikhil-gêyô.** 룸서비스 시킬게요.
· Tôi muốn xem thực đơn của dịch vụ phòng ạ.	**room-service menu bôgô-siphoyô.** 룸서비스 메뉴 보고 싶어요.
· Anh / Chị hãy cho tôi _____ ạ.	**_____ juseyô.** _____ 주세요.

☑ **từ vựng bổ sung**

đá 얼음 orưm | **khăn** 수건 sugon | **thực đơn của dịch vụ phòng** 룸서비스 메뉴 roomservice menu

21 két sắt cá nhân **gein gưmgô**
개인 금고

· Sử dụng két sắt như thế nào ạ?

gưmgô otokhê sayông heyô?
금고 어떻게 사용해요?

· Két sắt không mở được ạ.

gưmgô-ga an yol-lyoyô.
금고가 안 열려요.

· Trong két sắt có đồ ạ.

gưmgô-ê mulgoni ixoyô.
금고에 물건이 있어요.

22 giặt là **sêthak**
세탁

· Tôi muốn đăng ký dịch vụ giặt là ạ.

sêthak service sinchong-hal gêyô.
세탁 서비스 신청할게요.

· Dịch vụ giặt là khi nào đến ạ?

sêthak service onjê ôayô?
세탁 서비스 언제 와요?

· Đồ giặt là bị hỏng rồi ạ.

sêthak-muri mang-gajyoxoyô.
세탁물이 망가졌어요.

23 đá

orưm
얼음

· Không có đá ạ.

orưmi opxoyô.
얼음이 없어요.

· Tôi có thể lấy đá ở đâu ạ?

orưm ođiso gajyo-ôayô?
얼음 어디서 가져와요?

24 trả phòng

check-out
체크아웃

· Tôi sẽ trả phòng ạ.

check-out-halgêyô.
체크아웃할게요.

· Mấy giờ trả phòng ạ?

check-out myot si-êyô?
체크아웃 몇 시예요?

25 hóa đơn

yongsu-jưng / gyêsanso
영수증 / 계산서

· Xin cho tôi xem hóa đơn ạ.

yongsu-jưng bôyo jusêyô.
영수증 보여 주세요.

· Tính tiền sai rồi ạ.

gyêsani jalmôt-đuêxoyô.
계산이 잘못됐어요.

Khách sạn

26 thêm ✚

chuga
추가

· Tại sao có thêm tiền phụ thu ạ?

chuga yôgưmi uê ixoyô?
추가 요금이 왜 있어요?

· Cái nào thêm vào ạ?

oton gosi chuga-đuêxoyô?
어떤 것이 추가됐어요?

· Giải thích cái này giúp tôi đi ạ.

igo sol-myong-he jusêyô.
이거 설명해 주세요.

27 quầy bar mini

minibar
미니바

· Tôi không dùng quầy bar mini ạ.

minibar i-yông an hexoyô.
미니바 이용 안 했어요.

· Chi phí ở quầy bar mini tính sai rồi ạ.

minibar yogưmi jalmôt-đuêxoyô.
미니바 요금이 잘못됐어요.

28 chi phí

yôgưm / biyông
요금 / 비용

· Chí phí này là gì ạ?

i yôgưm mươ-êyô?
이 요금 뭐예요?

· Chi phí này nhiều hơn phí thực tế ạ.

yôgưmi đo naôa-xoyô.
요금이 더 나왔어요.

· Tổng chi phí sai rồi ạ.

yôgưm hapgêga thưlyoxoyô.
요금 합계가 틀렸어요.

29 thẻ tín dụng

sinyông card
신용 카드

· Tôi thanh toán bằng thẻ tín dụng được không ạ?

sinyông card đuêyô?
신용 카드 돼요?

· Tôi không có thẻ tín dụng nào khác ạ.

đarưn sinyông card opxoyô.
다른 신용 카드 없어요.

Tình huống nguy cấp

01 **bị hỏng**
gôjang naxoyô
고장 났어요

02 **không mở được**
an-yol-lyoyô
안 열려요

03 **bị mất**
ilo-bolyoxoyô
잃어버렸어요

04 **đồ có giá trị**
guijung-phum
귀중품

05 **không chảy ra**
an naôayô
안 나와요

Tìm nhanh

· _____ bị hỏng ạ.   _____ **gôjang naxoyô.**
                                          _____ 고장 났어요.

☑ từ vựng bổ sung

máy sấy tóc 드라이기 dry-gi ǀ **điện thoại** 전화기 jonhôa-gi ǀ **vòi hoa sen**
샤워기 shower-gi ǀ **tivi** 텔레비전 television

· Phòng tôi không có _____ _____ **opxoyô.**
  ạ.   _____ 없어요.

☑ từ vựng bổ sung

xà phòng 비누 binu ǀ **dầu gội đầu** 샴푸 shampoo ǀ **khăn** 수건 sugon ǀ **bàn
chải đánh răng** 칫솔 chitsôl ǀ **kem đánh răng** 치약 chiyak ǀ **giấy vệ sinh**
휴지 hyuji

· _____ không mở được ạ.   _____ **an yol-lyoyô.**
                               _____ 안 열려요.

☑ từ vựng bổ sung

cửa 문 mun ǀ **cửa nhà vệ sinh** 화장실 문 hôajangsil mun ǀ **két sắt** 금고 gưmgô

· Tôi bị mất _____ ạ.   _____ **iro-boryo-xoyô.**
                               _____ 잃어버렸어요.

☑ từ vựng bổ sung

chìa khóa phòng 방 키 bang key ǀ **hộ chiếu** 여권 yogươn ǀ **điện thoại di
động** 휴대폰 hyuđe-phone ǀ **đồ có giá trị** 귀중품 guijung-phum

· _____ không chảy ra ạ.   _____ **i an naôayô.**
                               _____ 이 안 나와요.

☑ từ vựng bổ sung

nước 물 mul ǀ **nước nóng** 뜨거운 물 tư-goun mul ǀ **nước lạnh** 차가운 물
chagaun mul

Tips

Văn hóa tiền tip ở Hàn Quốc

Ở Hàn Quốc không có văn hóa tiền tip, vì vậy bạn không cần lo lắng về vấn đề này. Tại khách sạn hoặc nhà hàng, có những trường hợp nhân viên sẽ từ chối một cách lịch sự nếu bạn tip cho họ. Khi sử dụng các dịch vụ hàng ngày ở Hàn Quốc, đừng lo rằng đối phương sẽ cảm thấy khó chịu nếu không được tip nhé. Tuy nhiên cũng có ngoại lệ. Với các khách sạn ảnh hưởng nhiều văn hóa của phương Tây, bạn có thể tip để cảm ơn cho sự chu đáo của dịch vụ tại đó, nhưng hãy yên tâm bởi tip hay không hoàn toàn là lựa chọn của bạn. Hãy tận hưởng chuyến du lịch của bạn một cách thoải mái nhất nha!

PART 07
Nhà hàng

Nhà hàng

Bạn không cần biết nhiều từ mới.

01	số người	**i-nươn** 인원
02	đặt chỗ	**yê-yak** 예약
03	bàn	**table** 테이블
04	gọi (món)	**ju-mun** 주문
05	thực đơn	**menu** 메뉴
06	bát	**gư-rưt** 그릇
07	đồ uống	**ưmryô** 음료
08	đá	**orưm** 얼음
09	đóng gói	**phôjang** 포장
10	hóa đơn	**gyêsanso / yongsu-jưng** 계산서 / 영수증

Hãy tìm nhanh và đọc nhé!

01 số người 👥 i-nươn
인원

· Một mình ạ.	hônja-êyô.
	혼자예요.
· _____ người ạ.	_____ myong-iêyô.
	_____명이에요.

☑ từ vựng bổ sung

2 두 đu | **3** 세 sê | **4** 네 nê | **5** 다섯 đasot | **6** 여섯 yosot | **7** 일곱 ilgôp | **8** 여덟 yo-đol

02 đặt chỗ 🦐 yê-yak
예약

· Tôi đã đặt chỗ rồi ạ.	yê-yak hexoyô.
	예약했어요.
· Tôi chưa đặt chỗ ạ.	yê-yak an hexoyô.
	예약 안 했어요.
· Tôi đã đặt chỗ với tên của tôi ạ.	jê irưmưrô yê-yak hexoyô.
	제 이름으로 예약했어요.

Nhà hàng

· Tôi đã đặt chỗ cho _____ _____ yê-yak hexoyô.
  ạ.   _____ 예약했어요.

☑ từ vựng bổ sung

3 người 세 명 sê myong ┃ **4 người** 네 명 nê myong ┃ **5 người** 다섯 명 đasot myong ┃ **6 người** 여섯 명 yosot myong ┃ **7 người** 일곱 명 ilgôp myong ┃ **8 người** 여덟 명 yo-đol myong

03 bàn
table
테이블

· Làm ơn dọn bàn giúp tôi ạ.   **table đaca jusêyô.**
                                테이블 닦아 주세요.

· Đổi cho tôi chỗ khác nhé.   **đarưn jarirô bacươ jusêyô.**
                                다른 자리로 바꿔 주세요.

· Cho tôi chỗ cạnh cửa sổ ạ.   **chang-ga jarirô jusêyô.**
                                창가 자리로 주세요.

04 gọi món
jumun
주문

· Cho tôi gọi món ạ.   **jumun-halgêyô.**
                                주문할게요.

· Cho tôi cái này ạ.   **igo jusêyô.**
                                이거 주세요.

· Tôi đã gọi món rồi ạ.   **jumun hexoyô.**
                                주문했어요.

· Một lát nữa tôi sẽ gọi món ạ.　**jamsi hu-ê jumun-halgêyô.**
　　　　　　　　　　　　　잠시 후에 주문할게요.

· Tôi không gọi món này ạ.　**igo jumun an hexoyô.**
　　　　　　　　　　　　　이거 주문 안 했어요.

05 thực đơn menu
메뉴

· Cho tôi thực đơn ạ.　**menu-phan jusêyô.**
　　　　　　　　　　　메뉴판 주세요.

· Thực đơn ở đây có món　**thưk-byolhan menu ixoyô?**
　nào đặc biệt không ạ?　특별한 메뉴 있어요?

· Thực đơn hôm nay là gì ạ?　**ônưl menu mươ-êyô?**
　　　　　　　　　　　　오늘 메뉴 뭐예요?

· Hãy giới thiệu món giúp　**menu chuchon-he jusêyô.**
　tôi ạ.　　　　　　　　메뉴 추천해 주세요.

06 bát gư-rưt
그릇

· Cho tôi cái _____ ạ.　**_____ jusêyô.**
　　　　　　　　　　　_____주세요.

· Cho tôi thêm một cái　**_____ hana đo jusêyô.**
　_____ ạ.　　　　　_____ 하나 더 주세요.

☑ từ vựng bổ sung

bát 그릇 gư-rưt | **đũa** 젓가락 jot-garak | **thìa** 숟가락 sut-garak | **khăn ướt** 물
수건 mul-sugon | **cốc** 컵 cup

07 đồ uống

ưmryô
음료

· Có đồ uống gì ạ?

oton ưmryô ixoyô?
어떤 음료 있어요?

· Cho tôi _____ ạ.

_____ **jusêyô.**
_____ 주세요.

☑ từ vựng bổ sung

cô-ca 콜라 cola | **7-up** 사이다 sai-đa | **sữa** 우유 uyu | **nước** 물 mul | **cà phê** 커피 coffee | **ống hút** 빨대 pal-đe

08 đá

orưm
얼음

· Cho tôi nhiều đá ạ.

orưm mani jusêyô.
얼음 많이 주세요.

· Cho tôi một chút đá thôi ạ.

orưm jôgưm-man jusêyô.
얼음 조금만 주세요.

· Không cho đá nhé.

orưm pegô jusêyô.
얼음 빼고 주세요.

09 đóng gói

phôjang
포장

· Gói lại ạ.
phôjang-iêyô.
포장이에요.

· Món này có thể gói lại được không ạ?
i ưmsik phôjang đuêyô?
이 음식 포장 돼요?

· Anh / Chị hãy gói phần còn lại cho tôi ạ.
namưn got phôjang-he jusêyô.
남은 것 포장해 주세요.

· Tôi sẽ ăn ở đây ạ.
yogiso mo-gưl go-êyô.
여기서 먹을 거예요.

10 hóa đơn

gyêsanso / yongsu-jưng
계산서 / 영수증

· Tôi sẽ thanh toán ạ.
gyêsan-halgêyô.
계산할게요.

· Cho tôi hóa đơn ạ.
gyêsanso jusêyô.
계산서 주세요.

· Hóa đơn bị sai rồi ạ.
gyêsanso-ga jalmôt-đuêxoyô.
계산서가 잘못됐어요.

· Tôi không gọi món này ạ.
i menu-nưn an si-khyo-xoyô.
이 메뉴는 안 시켰어요.

Tình huống nguy cấp

01	mặn quá	nomu jjayô 너무 짜요
02	nóng quá	nomu tưgo-uơyô 너무 뜨거워요
03	lạnh quá	nomu chaga-uơyô 너무 차가워요
04	hâm nóng	đê-uơ jusêyô 데워 주세요
05	nhạt quá	nomu sing-go-uơyô 너무 싱거워요
06	cay quá	aju me-uơyô 아주 매워요
07	tôi không gọi món này ạ	an si-khyo-xoyô 안 시켰어요
08	vị lạ	masi i-sang heyô 맛이 이상해요
09	chưa ra	an na-ôaxoyô 안 나왔어요

Tìm nhanh

· Món này mặn quá ạ.
ưmsi-gi nomu jjayô.
음식이 너무 짜요.

· Món này nóng quá ạ.
nomu tưgo-uơyô.
너무 뜨거워요.

· Món này lạnh quá ạ.
nomu chaga-uơyô.
너무 차가워요.

· Hâm nóng lại giúp tôi ạ.
đê-ươ jusêyô.
데워 주세요.

· Món này nhạt quá ạ.
nomu sing-go-uơyô.
너무 싱거워요.

· Món này cay quá ạ.
nomu me-uơyô.
너무 매워요.

· Tôi không gọi món này ạ.
i menu an si-khyo-xoyô.
이 메뉴 안 시켰어요.

· Tôi không ăn được món này ạ.
i ưmsik môt mogoyô.
이 음식 못 먹어요.

· Món này có vị lạ ạ.
masi i-sang heyô.
맛이 이상해요.

· Món này hình như bị thiu rồi ạ.
i ưmsik sanghan got gathayô.
이 음식 상한 것 같아요.

· Món ăn chưa ra ạ.
ưmsik an na-ôaxoyô.
음식 안 나왔어요.

· Đồ uống chưa ra ạ.
ưmryô an na-ôaxoyô.
음료 안 나왔어요.

Nhà hàng ngon tại Hàn Quốc

Mat-jip

Một trong những thú vui khi đi du lịch chính là việc thưởng thức ẩm thực bản xứ phải không nào? Thịt nướng samgyopsal, cơm trộn bibimbap và rất nhiều các món ăn kèm đa dạng thường xuất hiện trong phim Hàn Quốc là một nét văn hóa không thể bỏ qua tại nơi đây. Bạn có thể tìm thấy thông tin về các nhà hàng khác nhau bằng cách tìm kiếm trên Internet với từ khóa 'nhà hàng ngon(맛있는 식당)', hoặc '맛있는', '(masitnưn) + (tên món ăn)'. Tuy nhiên, có một số quán ăn ngon mà người dân địa phương thường ghé thăm, những quán ăn như vậy được gọi là '맛집 (mat-jip)'. '맛집 (mat-jip)'là một từ mới được cắt ghép từ từ 맛있는 집 (masitnưn jip) – có nghĩa là quán ăn ngon. Chúc các bạn sẽ tìm thấy những nhà hàng hay quán ăn phù hợp với mình và tận hưởng một chuyến đi thật ngon miệng tại Hàn Quốc nhé.

PART 08

Du lịch

Du lịch

Bạn không cần biết nhiều từ mới.

01 **xuất phát** — **chulbal**
출발

02 **đến nơi** — **đôchak**
도착

03 **lịch trình** — **il-jong**
일정

04 **lối vào / lối ra** — **ipgu / chulgu**
입구 / 출구

05 **tham quan** — **gôan-gôang**
관광

06 **vé vào cửa** — **ipjang gươn**
입장권

07 **giảm giá** — **harin / sale**
할인 / 세일

08 **thời gian mở cửa** — **gejang sigan**
개장 시간

09 **ảnh** — **sajin**
사진

10 **giải thích** — **sol-myong**
설명

11 **hướng dẫn viên du lịch** — **gôan-gôang guide**
관광 가이드

12	nhà vệ sinh	**hôajangsil** 화장실
13	vé	**phyô / ticket** 표 / 티켓
14	buổi biểu diễn	**gông-yon** 공연
15	cáp treo	**cable car** 케이블카

Du lịch

Hãy tìm nhanh và đọc nhé!

01 xuất phát **chulbal**
출발

· Khi nào xuất phát ạ? **onjê chulbal heyô?**
언제 출발해요?

· Xuất phát muộn một chút được không ạ? **jôgưm nưtgê chulbal-heđô đuêyô?**
조금 늦게 출발해도 돼요?

· Xuất phát nhanh một chút được không ạ? **jôgưm pali chulbal-heđô đuêyô?**
조금 빨리 출발해도 돼요?

02 đến nơi **đôchak**
도착

· Khi nào thì đến nơi ạ? **onjê đôchak-heyô?**
언제 도착해요?

· Có thể đến nơi sớm hơn được không ạ? **đo il-jjik đôchak-hal su opxoyô?**
더 일찍 도착할 수 없어요?

03 lịch trình il-jong
일정

· Cho tôi xem lịch trình của buổi biểu diễn ạ.

gông-yon il-jong bôyo jusêyô.
공연 일정 보여 주세요.

· Lịch trình cụ thể thế nào ạ?

jasêhan il-jong-ưn otokhê đuêyô?
자세한 일정은 어떻게 돼요?

04 lối vào / lối ra ipgu / chulgu
입구 / 출구

· Lối vào ở đâu ạ?

ipgu-ga ođiêyô?
입구가 어디예요?

· Tôi không thể tìm thấy lối vào ạ.

ipgu-rưl môt chacêxoyô.
입구를 못 찾겠어요.

· Lối ra ở đâu ạ?

chulgu-ga ođiêyô.
출구가 어디예요?

· Tôi không thể tìm thấy lối ra ạ.

chulgu-rưl môt chacêxoyô.
출구를 못 찾겠어요.

Du lịch

05 tham quan gôan-gôang
관광

· Anh / Chị hãy giới thiệu cho tôi một số danh lam thắng cảnh ạ.

gôan-gôang myongsô-rưl chuchon-he jusêyô.
관광 명소를 추천해 주세요.

· Nơi này có phải là _____ không ạ?

yogiga _____ ingayô?
여기가 _____ 인가요?

☑ từ vựng bổ sung

cung Gyeongbok 경복궁 gyongbôk-gung | công viên giải trí 놀이공원 nôri-gông-ươn | viện bảo tàng 박물관 bakmul-gôan | phố Myeongdong 명동 myong-đông

· Phòng hướng dẫn ở đâu ạ?

annesô-nưn ođiêyô?
안내소는 어디예요?

· Phòng hướng dẫn gần nhất ở đâu ạ?

gaca-un annesô-nưn ođi-êyô?
가까운 안내소는 어디예요?

06 vé vào cửa ipjang gươn
입장권

· Vé vào cửa bao nhiêu tiền ạ?

ipjang-ryô-ga olma-êyô?
입장료가 얼마예요?

· Vé vào cửa cho trẻ em bao nhiêu tiền ạ?

orini ipjang-ryô-nưn olma-êyô?
어린이 입장료는 얼마예요?

07 giảm giá

harin / sale
할인 / 세일

· Có được giảm giá không ạ?
harin-đuêyô?
할인돼요?

· Giá này là giá đã được giảm phải không ạ?
harin-đuên gagyok-ingayô?
할인된 가격인가요?

· Đi theo đoàn có được giảm giá không ạ?
đanchê harin-đuêyô?
단체 할인돼요?

08 thời gian mở cửa

gejang sigan
개장 시간

· Khi nào mở cửa ạ?
onjê yoroyô?
언제 열어요?

· Khi nào đóng cửa ạ?
onjê đađayô?
언제 닫아요?

· Ở đây làm đến mấy giờ ạ?
myot sicaji heyô?
몇 시까지 해요?

09 ảnh

sajin
사진

· Tôi có thể chụp ảnh ở đây được không ạ?

yogiso sajin jjigođô đuêyô?
여기서 사진 찍어도 돼요?

· Anh / Chị giúp tôi chụp một tấm ảnh ạ.

sajin han jangman jjigo jusêyô.
사진 한 장만 찍어 주세요.

· Anh / Chị giúp tôi chụp thêm một tấm ảnh ạ.

han jang đo jjigo jusêyô.
한 장 더 찍어 주세요.

10 giải thích

sol-myong
설명

· Anh / Chị hãy giải thích cái này cho tôi với ạ.

i-go sol-myong-he jusêyô.
이거 설명해 주세요.

· Xin anh/chị giải thích bằng _____ cho tôi với ạ.

_____ rô sol-myong-he jusêyô.
_____ 로 설명해 주세요.

☑ từ vựng bổ sung

tiếng Anh 영어 yong-o | **tiếng Việt** 베트남어 be-thư-namo | **tiếng Trung Quốc** 중국어 jung-gugo | **tiếng Pháp** 불어 buro

11 hướng dẫn viên du lịch

gôan-gôang guide
관광 가이드

· Ai là hướng dẫn viên du lịch ạ?

gôan-gôang guide-ga nugu-êyô?
관광 가이드가 누구예요?

· Tôi cần hướng dẫn viên ạ.

guide-ga phi-ryô-heyô.
가이드가 필요해요.

12 nhà vệ sinh

hôajangsil
화장실

· Nhà vệ sinh ở đâu ạ?

hôajangsil ođi ixoyô?
화장실 어디 있어요?

· Tôi muốn đi vệ sinh ạ.

hôajangsil gagô siphoyô.
화장실 가고 싶어요.

· Tôi cần vào nhà vệ sinh gấp.

hôajang-siri gưpheyô.
화장실이 급해요.

· Không có giấy vệ sinh ạ.

hyuji opxoyô.
휴지 없어요.

· Có giấy vệ sinh không ạ?

hyuji ixoyô?
휴지 있어요?

Du lịch

123

13 vé 🎟️

phyô / ticket
표 / 티켓

· Cho tôi _____ cái vé ạ.
phyô _____ jang jusêyô.
표 _____ 장 주세요.

· _____ cái vé bao nhiêu
tiền ạ?
**phyô _____ jang-ê olma-
êyô?**
표 _____ 장에 얼마예요?

☑ từ vựng bổ sung

1 한 han | **2 두** đu | **3 세** sê | **4 네** nê | **5 다섯** đasot | **10 열** yol

· Hoàn tiền vé cho tôi ạ.
phyô hôan-bul-he jusêyô.
표 환불해 주세요.

· Cho tôi vé suất _____ ạ.
_____ phyô jusêyô.
_____ 표 주세요.

☑ từ vựng bổ sung

1 giờ 한 시 han si | **2 giờ 두** 시 đu si | **3 giờ 세** 시 sê si | **4 giờ 네** 시 nê si | **5 giờ 다섯** 시 đasot si | **6 giờ 여섯** 시 yosot si | **7 giờ 일곱** 시 ilgôp si | **8 giờ 여덟** 시 yođol si | **9 giờ 아홉** 시 ahôp si | **10 giờ 열** 시 yol si | **11 giờ 열한** 시 yolhan si | **12 giờ 열두** 시 yolđu si | **tiếp theo** 다음 đa-ưm | **ngày mai** 내일 ne-il

14 buổi biểu diễn gông-yon
공연

· Mấy giờ bắt đầu buổi biểu diễn ạ?

gông-yon myot si-ê sijak-heyô?

공연 몇 시에 시작해요?

· Tôi có thể ăn trong rạp được không ạ?

gông-yon-jang-êso mươ mogođô đuêyô?

공연장에서 뭐 먹어도 돼요?

· Tôi có thể chụp ảnh trong rạp được không ạ?

gông-yon-jang-êso sajin jjigođô đuêyô?

공연장에서 사진 찍어도 돼요?

15 cáp treo cable car
케이블카

· Đi cáp treo ở đâu ạ?

cable car-nưn ođiso thayô?

케이블카는 어디서 타요?

· Mua vé cáp treo ở đâu ạ?

cable car ticke-sưn ođiso sayô?

케이블카 티켓은 어디서 사요?

· Vé cáp treo bao nhiêu tiền ạ?

cable car ticket olma-êyô?

케이블카 티켓 얼마예요?

· Vé cáp treo khứ hồi bao nhiêu tiền ạ?

ôang-bôk ticke-sưn olma-êyô?

왕복 티켓은 얼마예요?

Du lịch

Tình huống nguy cấp

01	**bị mất**	**iro-boryo-xoyô** 잃어버렸어요
02	**phải tìm**	**chajaya-heyô** 찾아야 해요
03	**bị muộn**	**nưjoxoyô** 늦었어요
04	**không phải ở đây**	**yogi ani-êyô** 여기 아니에요
05	**đến nhầm rồi**	**jalmôt ôaxoyô** 잘못 왔어요

Tìm nhanh

· Tôi bị mất hộ chiếu rồi ạ.

yogưo-nưl iro-boryo-xoyô.
여권을 잃어버렸어요.

· Tôi bị mất vé rồi ạ.

ticke-sưl iro-boryo-xoyô.
티켓을 잃어버렸어요.

· Tôi bị mất túi xách rồi ạ.

gabang-ưl iro-boryo-xoyô.
가방을 잃어버렸어요.

· Tôi bị mất điện thoại rồi ạ.

hyuđe-phô-nưl iroboryo-xoyô.
휴대폰을 잃어버렸어요.

· Trung tâm bảo quản đồ thất lạc ở đâu ạ?

bunsilmul center-ga ođi-êyô?
분실물 센터가 어디예요?

· Tôi phải tìm hướng dẫn viên của tôi.

jê guide chajaya heyô.
제 가이드 찾아야 해요.

· Tôi phải tìm xe buýt của tôi.

jê bus chajaya heyô.
제 버스 찾아야 해요.

· Làm ơn gọi hướng dẫn viên giúp tôi ạ.

jê guide bul-lo jusêyô.
제 가이드 불러 주세요.

Du lịch

Vật phẩm cần thiết

Thẻ du lịch Hàn Quốc

Thẻ du lịch Hàn Quốc (Korea tour card) là thẻ dành cho người nước ngoài. Loại thẻ này không chỉ dùng được cho các phương tiện giao thông công cộng như tàu điện  ngầm, xe buýt và taxi trên khắp Hàn Quốc, mà còn có thể sử dụng trong các điểm du lịch, Starbucks, McDonald, nhà hàng, buổi biểu diễn hoặc cửa hàng tiện lợi. Ngoài ra, thẻ cũng có phiên bản ứng dụng trên điện thoại dành riêng cho hệ điều hành Android 5.0.1 trở lên. Để biết thêm thông tin, xin vui lòng truy cập vào trang web của 'Korea tour card'. Tuy nhiên, rất tiếc rằng ứng dụng này chưa được cung cấp bằng tiếng Việt (hiện có tiếng Anh, tiếng Nhật và tiếng Trung). Mặt khác, bạn có thể mua thẻ giao thông T-money tại các cửa hàng tiện lợi (GS25, Seven Eleven, Ministop, E-Mart 24, 365 Plus, Storyway) hoặc ngay tại ga tàu điện ngầm. Đây cũng là nơi bạn sẽ được hoàn lại nếu cuối chuyến đi mà trong thẻ còn thừa quá nhiều tiền (lưu ý là có mất phí nhé).

PART 09

Đi mua sắm

🛍 Đi mua sắm

Bạn không cần biết nhiều từ mới.

01	ngắm	**đul-lo-bôđa** 둘러보다
02	giới thiệu	**chuchon** 추천
03	có _____ không ạ?	**_____ ixoyô?** _____ 있어요?
04	áo	**ôt** 옷
05	váy / quần	**chima / baji** 치마 / 바지
06	cỡ	**size** 사이즈
07	mặc thử / đi thử	**ibo bôđa / sino bôđa** 입어 보다 / 신어 보다
08	phòng thử đồ	**fitting room** 피팅 룸
09	quà	**sonmul** 선물
10	giảm giá / khuyến mại	**harin / sale** 할인 / 세일
11	trả tiền	**jigưp** 지급
12	hóa đơn	**yongsu-jưng / gyêsanso** 영수증 / 계산서
13	đóng gói	**phôjang** 포장

Hãy tìm nhanh và đọc nhé!

01 ngắm **đul-lo-bôđa**
둘러보다

· Tôi chỉ muốn ngắm thôi ạ. **gư-nyang đul-lo-bônưn go-êyô.**
그냥 둘러보는 거예요.

· Tôi muốn ngắm một mình ạ. **hônja đul-lo-bôl-gêyô.**
혼자 둘러볼게요.

· Nếu cần giúp đỡ, tôi sẽ gọi ạ. **đô-umi phi-ryôha-myon burưl-gêyô.**
도움이 필요하면 부를게요.

02 sự giới thiệu 👍 **chuchon**
추천

· Anh/Chị hãy giới thiệu giúp tôi một món quà để tặng bố mẹ tôi nhé. **bumônim sonmul chuchon-he jusêyô.**
부모님 선물 추천해 주세요.

· Có _____ nào đáng giới thiệu không? **chuchon hanưn _____ ixoyô?**
추천하는 _____ 있어요?

☑ từ vựng bổ sung

quà tặng 선물 sonmul | **mỹ phẩm** 화장품 hôajang-phum | **áo** 옷 ôt | **túi xách** 가방 gabang | **nước hoa** 향수 hyangsu | **áo sơ mi** 셔츠 shirt | **quần** 바지 baji | **váy** 치마 chima | **rượu** 술 sul | **trà** 차 cha | **món ăn** 음식 ưmsik

Đi mua sắm

131

03 có _____ không? _____ ixoyô?
_____ 있어요?

· Có _____ không ạ?   _____ ixoyô?
                           _____ 있어요?

☑ từ vựng bổ sung

áo sơ mi 셔츠 shirt | **quần** 바지 baji | **váy** 치마 chima | **mỹ phẩm** 화장품
hôajang-phum | **túi xách** 가방 gabang | **nước hoa** 향수 hyangsu | **rượu** 술
sul | **trà** 차 cha

04 áo ôt
옷

· Tôi muốn xem áo ạ.   **ôt bôgô siphoyô.**
                           옷 보고 싶어요.

· Có _____ không ạ?   _____ **ixoyô?**
                           _____ 있어요?

☑ từ vựng bổ sung

áo sơ mi 셔츠 shirt | **áo thun (phông)** 티셔츠 T-shirt | **áo dài tay** 긴팔 옷
ginphal ôt | **áo khoác** 재킷 jacket | **áo phao lông vũ** 패딩 padding | **áo sơ
mi nữ** 블라우스 blouse | **com lê / áo vest** 정장 jongjang | **áo nam** 남자 옷
namja ôt | **áo nữ** 여자 옷 yoja ôt

132

05 váy / quần **chima / baji**
치마 / 바지

· Tôi muốn xem váy / quần ạ. **chima/baji bôgô-siphoyô.**
치마 /바지 보고 싶어요.

· Có _____ không ạ? _____ **ixoyô?**
_____ 있어요?

☑ từ vựng bổ sung

quần dài 긴바지 gin-baji | **quần lửng** 반바지 ban-baji | **quần bò(jean)** 청바지 chong-baji | **váy jean** 청치마 chong-chima | **quần leggings** 레깅스 leggings | **quần tây** 정장 바지 jongjang baji

06 cỡ **size**
사이즈

· Anh/Chị có cỡ _____ _____ **size ixoyô?**
  không ạ? _____ 사이즈 있어요?

☑ từ vựng bổ sung

to hơn 더 큰 đo khưn | **nhỏ hơn** 더 작은 đo jagưn

· To quá ạ. **nomu kho-yô.**
너무 커요.

· Nhỏ quá ạ. **nomu jagayô.**
너무 작아요.

· Cho tôi cái lớn hơn ạ. **đo khưn gosưrô jusêyô.**
더 큰 것으로 주세요.

· Cho tôi cái nhỏ hơn ạ. **đo jagưn gosưrô jusêyô.**
더 작은 것으로 주세요.

07 mặc thử/ đi thử

ibo bôđa / sino bôđa
입어 보다 / 신어 보다

· áo Tôi sẽ mặc thử cái này ạ.   **igo ibo bôlgêyô.**
이거 입어 볼게요.

· giày Tôi sẽ đi thử cái này ạ.   **igo sino bôlgêyô.**
이거 신어 볼게요.

· Tôi sẽ mặc thử cái khác ạ.   **đarưn go ibo bôlgêyô.**
다른 거 입어 볼게요.

· Tôi sẽ đi thử cỡ khác ạ.   **đarưn size sino bôlgêyô.**
다른 사이즈 신어 볼게요.

08 phòng thử đồ

fitting room
피팅 룸

· Phòng thử đồ ở đâu ạ?   **fitting roo-mi ođiêyô?**
피팅 룸이 어디예요?

· Tôi có thể mặc thử mấy cái ạ?   **myot ge ibo bôl su ixoyô?**
몇 개 입어 볼 수 있어요?

· Tôi chưa mặc thử cái này ạ.   **igo an ibo bôa-xoyô.**
이거 안 입어 봤어요.

09 quà

sonmul
선물

· Hãy gói quà giúp tôi nhé.
sonmul phôjang hejusêyô.
선물 포장해 주세요.

· Cái nào hợp để làm quà ạ?
sonmul-lô mưoga jôayô?
선물로 뭐가 좋아요?

· Người ta có hay mua cái này làm quà không ạ?
igo sonmul-lô jal nagayô?
이거 선물로 잘 나가요?

10 giảm giá / khuyến mại

harin / sale
할인 / 세일

· Có giảm giá không ạ?
harin-đuêyô?
할인돼요?

· Giảm bao nhiêu ạ?
olmana harin-đuêyô?
얼마나 할인돼요?

· Giảm giá nữa được không ạ?
đo harin-he jusil su ixoyô?
더 할인해 주실 수 있어요?

· Cái này có khuyến mại không ạ?
sale-jung-iêyô?
세일 중이에요?

· Giá này là giá khuyến mại ạ?
i gagyok sale gưmek-iêyô?
이 가격 세일 금액이에요?

· Cái này là hàng có khuyến mại phải không ạ?
igo sale sangphum majayô?
이거 세일 상품 맞아요?

11 trả tiền jigưp
지급

- Cái này bao nhiêu tiền ạ? **igo olma-êyô?**
  이거 얼마예요?

- Đắt quá ạ. **nomu bixayô.**
  너무 비싸요.

- Giảm một chút cho tôi đi ạ. **jôgưm caca jusêyô.**
  조금 깎아 주세요.

- Tôi trả bằng tiền mặt ạ. **hyongư-mưrô hal-gêyô.**
  현금으로 할게요.

- Tôi trả bằng thẻ ạ. **card-rô hal-gêyô.**
  카드로 할게요.

12 hoá đơn yongsu-jưng / gyêsanso
영수증 / 계산서

- Tôi cần hóa đơn ạ. **yongsu-jưng phiryô-heyô.**
  영수증 필요해요.

- Anh / Chị chưa đưa hóa đơn cho tôi ạ. **yongsu-jưng an jusyo-xoyô.**
  영수증 안 주셨어요.

13 đóng gói phôjang

포장

· Xin gói cái này lại giúp tôi ạ. **phôjang hejusêyô.**

포장해 주세요.

· Xin gói riêng từng cái một cho tôi ạ. **tarô phôjang hejusêyô.**

따로 포장해 주세요.

· Gói cái này cho tôi thôi nhé. **i-got man phôjang- hejusêyô.**

이것만 포장해 주세요.

▲ phố Myeongdong 명동 myong-đông

Đi mua sắm

Tình huống nguy cấp

01 **đã trả tiền rồi**
đôn nexoyô
돈 냈어요

02 **đổi hàng**
gyôhôan
교환

03 **hoàn tiền**
hôanbul
환불

04 **chật quá**
nomu jagayô
너무 작아요

05 **rộng quá**
nomu kho-yô
너무 커요

06 **không vừa**
an majayô
안 맞아요

Tìm nhanh

· Tôi đã trả tiền rồi ạ.   **i-mi đôn nexoyô.**
이미 돈 냈어요.

· Tôi muốn đổi hàng ạ.   **gyôhôan-hagô siphoyô.**
교환하고 싶어요.

· Tôi muốn được hoàn tiền ạ.   **hôanbul-hagô siphoyô.**
환불하고 싶어요.

· Chật quá ạ.   **nomu jagayô.**
너무 작아요.

· Rộng quá ạ.   **nomu kho-yô.**
너무 커요.

· Làm ơn cho tôi đổi cái nhỏ hơn ạ.   **jagưn gosưrô bacươ jusêyô.**
작은 것으로 바꿔 주세요.

· Làm ơn cho tôi đổi cái lớn hơn ạ.   **khưn gosưrô bacươ jusêyô.**
큰 것으로 바꿔 주세요.

· Cái này không vừa ạ.   **size-ga an majayô.**
사이즈가 안 맞아요.

Cách hoàn thuế

Cách để được hoàn thuế
khi đi du lịch Hàn Quốc.

Trước hết, bạn có thể được hoàn thuế ngay sau khi mua hàng tại Nature Republic, Missha, trung tâm mua sắm Lotte, v.v.. Tuy nhiên, giá mua chỉ trong giới hạn từ 30,000 đến 200,000 won và số tiền vượt quá 200,000 won có thể được hoàn trả theo hai cách. Cách thứ nhất: đến quầy hoàn thuế tại trung tâm thành phố. Vị trí của quầy hoàn thuế này bạn có thể tìm thấy trên trang web của Tổ chức Du lịch Hàn Quốc(http://kto.visitkorea.or.kr/eng.kto). Để được hoàn thuế tại đây, bạn cần chuẩn bị hộ chiếu, thẻ tín dụng, hóa đơn và phiếu hoàn thuế. Cách thứ hai: đến quầy hoàn thuế bằng tiền mặt cho khách du lịch tại sân bay. Tuy nhiên, cách này sẽ khiến bạn mất rất nhiều thời gian vì ở đây thường khá đông người.

PART 10

Về nước

Về nước

Bạn không cần biết nhiều từ mới.

01	thay đổi	**byon-gyong** 변경
02	hoãn	**jiyon** 지연
03	chỗ ngồi	**jari** 자리
04	giới hạn	**jêhan** 제한
05	hành lý	**suhamul / jim** 수하물 / 짐
06	câu hỏi	**jilmun** 질문
07	hoàn thuế	**sêgưm hôangưp** 세금 환급
08	thất lạc	**bunsil** 분실
09	sự trợ giúp	**đô-um** 도움

Hãy tìm nhanh và đọc nhé!

01 thay đổi — **byon-gyong**
변경

· Tôi muốn thay đổi _____ ạ.

_____ **byon-gyong-hagô siphoyô.**

_____ 변경하고 싶어요.

☑ **từ vựng bổ sung**

chỗ ngồi 자리 jari | **chuyến bay** 비행 편 biheng phyon | **đồ ăn trên máy bay** 기내식 gine-sik

02 hoãn — **jiyon**
지연

· Tại sao chuyến bay bị hoãn ạ?

uê jiyon-đuêxoyô?

왜 지연됐어요?

· Chuyến bay của tôi bị hoãn đến khi nào ạ?

onjê-caji jiyon-đuêyô?

언제까지 지연돼요?

03 chỗ ngồi — **jari**
자리

· Làm ơn cho tôi ghế _____ ạ.

_____ **jarirô jusêyô.**

_____ 자리로 주세요.

☑ từ vựng bổ sung

cạnh cửa sổ 창가 쪽 chang-ga jjôk │ **cạnh lối đi** 통로 쪽 thông-rô jjôk
hạng phổ thông 일반(이코노미)석 ilban(economy)sok
hạng thương gia 비즈니스석 business-sok
hạng nhất 일등(퍼스트 클래스)석 ilđưng(first class)sok
gần cửa thoát hiểm 비상구 쪽 bisang-gu jjôk

04 giới hạn jêhan
제한

· Trọng lượng giới hạn là bao nhiêu ạ?

mugê jêhani olma-êyô?
무게 제한이 얼마예요?

· Trọng lượng giới hạn của hành lý xách tay là bao nhiêu ạ?

gine jungryang jêhani olma-êyô?
기내 중량 제한이 얼마예요?

05 hành lý suhamul / jim
수하물 / 짐

· Tôi không có hành lý kí gửi ạ.

uithak suhamuri opxoyô.
위탁 수하물이 없어요.

· Hành lý của tôi có quá cân không ạ?

mugê chôgôa-ingayô?
무게 초과인가요?

· Tôi có _____ hành lý xách tay ạ.

gine suhamuri _____ ge ixoyô.
기내 수하물이 _____개 있어요.

☑ từ vựng bổ sung

1 한 han | **2** 두 đu | **3** 세 sê | **4** 네 nê

· Có thể mang _____ lên   _____ **gine banip đuênayô?**
  trên máy bay được không   _____ 기내 반입 되나요?
  ạ?

☑ từ vựng bổ sung

pin sạc dự phòng 보조 배터리 bôjô battery | **nước** 물 mul | **cà phê** 커피
coffee | **nước ngọt** 음료수 ưmryô-su | **đồ ăn** 음식 ưmsik

06 câu hỏi 🗣️?   **jilmun**
                          질문

· Tôi có thể _____ ở đâu?   _____ **ođiso heyô?**
                                _____ 어디서 해요?

☑ từ vựng bổ sung

đổi tiền 환전 hôanjon | **rút tiền** 출금 chul-gưm | **roaming** 로밍 roaming |
mua sắm 쇼핑 shopping

· _____ ở đâu ạ?   _____ **ođiêyô?**
                               _____ 어디예요?

☑ từ vựng bổ sung

ga quốc nội 국내선 터미널 gukne-son terminal
ga quốc tế 국제선 터미널 gukjê-son terminal
cửa lên máy bay 탑승 게이트 thap-sưng gate
quầy làm thủ tục 수속 카운터 susôk counter

07 hoàn thuế **sêgưm hôangưp**
세금 환급

· Chỗ hoàn thuế ở đâu ạ?

sêgưm hôangưp ođiso-heyô?

세금 환급 어디서 해요?

· Tôi có được hoàn thuế không ạ?

sêgưm hôangưp-đuêyô?

세금 환급돼요?

· Tại sao tôi không được hoàn thuế ạ?

sêgưm hôangưp uê an-đuêyô?

세금 환급 왜 안 돼요?

08 thất lạc **bunsil**
분실

· Cái _____ của tôi bị thất lạc mất rồi ạ.

jê _____ opxo-jyo-xoyô.

제_____ 없어졌어요.

☑ từ vựng bổ sung

túi 가방 gabang | **hộ chiếu** 여권 yoguơn | **hành lý** 수하물 suhamul | **vé** 티켓 ticket

09 sự trợ giúp

đô-um
도움

· Xin giúp tôi với ạ.

đô-ôa-jusêyô.
도와주세요.

· Tôi bị lỡ chuyến bay ạ.

biheng-giruʬ nôchyo-xoyô.
비행기를 놓쳤어요.

· Xin liên lạc đến đại sự quán Việt Nam tại Hàn Quốc cho tôi ạ.

ju-han bê-thư-nam đesagôanê yonlak-he jusêyô.
주한 베트남 대사관에 연락해 주세요.

▲ Bộ dụng cụ du lịch

Về nước

Tình huống nguy cấp

01	bị mất	iro-boriđa 잃어버리다
02	bị lỡ	nôchiđa 놓치다
03	chuyến bay tiếp theo	đa-ưm biheng-phyon 다음 비행 편
04	hãng hàng không	hang-gông-sa 항공사
05	phí phụ thu	chuga yôgưm 추가 요금

Tìm nhanh

· Tôi bị mất vé máy bay ạ. **hang-gông gươnưl iro-boryo-xoyô.**
항공권을 잃어버렸어요.

· Tôi bị mất hộ chiếu ạ. **yoguơ-nưl iro-boryo-xoyô.**
여권을 잃어버렸어요.

· Tôi bị mất vé gửi hành lý ạ. **suhamul phyôrưl iro-boryo-xoyô.**
수하물 표를 잃어버렸어요.

· Tôi bị lỡ chuyến bay ạ. **biheng-girưl nôchyo-xoyô.**
비행기를 놓쳤어요.

· Khi nào có chuyến bay tiếp theo ạ? **đaưm biheng-phyo-nưn onjê-êyô?**
다음 비행 편은 언제예요?

· Hãng hàng không khác cũng được ạ. **đarưn hang-gông-sađô guênchanayô.**
다른 항공사도 괜찮아요.

· Có phải mất phí thêm không ạ? **chuga yôgưm ixoyô?**
추가 요금 있어요?

· Tôi đã trả phí phụ thu rồi ạ. **chuga yôgưm nexoyô.**
추가 요금 냈어요.

Về nước

Sân bay quốc tế Incheon

Sân bay quốc tế Incheon là một trong những sân bay tốt nhất trên thế giới. Sân bay này đã liên tục xếp hạng 1 toàn cầu về dịch vụ trong suốt 11 năm liên tiếp. Tại đây, bạn có thể đi thăm các địa điểm sau trước khi về nước.

1. Con đường văn hóa Hàn Quốc: Khu vực này nằm trên tầng 4 của Nhà ga 1. Ở đây, bạn có thể cảm nhận được vẻ đẹp truyền thống của Hàn Quốc và tham gia các hoạt động văn hóa thú vị.

2. Các vườn cây: Hoa và cây được trồng ở khắp mọi nơi trong và ngoài sân bay. Chính vì vậy, sẽ có rất nhiều những khu vườn đẹp để du khách có thể thưởng thức cũng như chụp ảnh.

3. Khách sạn Capsule (con nhộng): Nếu phải chờ ở sân bay quá lâu, bạn có thể tìm đến khách sạn này để nghỉ ngơi tại tầng 1 của Nhà ga 1 và tầng hầm 1 của Nhà ga 2.

SIWONSCHOOL
—— K O R E A N